DATTAWAN IKILISIYA

YADDA ZAKA
YI KIWON
JAMA'AR ALLAH
KAMAR YESU

JERAMIE RINNE

AXIS
RESOURCES

"Shugabanci" kamar sauran baye-baye na Ruhu, domin gina jikin Al-masihu ne. Bulus ya bayyana wa Titus a fili cewa abubuwa ba za su tafi daidai ba a cikin ikilisiya sai an kafa shugabanci da ya dace. Yawancin matsalolin da suka ƙi ci suka ƙi cinyewa a rayuwar ikilisiya sun samo asali ne daga shugabanci marar kyau. Jeramie Rinne ya bayyana abin da Littafi Mai Tsarki ya ce game da asali da kuma aikin dattijon ikilisiya yadda zai zama da taimako ƙwarai. Wannan littafi ne da dattawa za su iya karantawa tare don amfanin kansu wanda kuma zai taimaki ikilisiya ta yi addu'a ta kuma tallafa wa shugabanninta domin aikinsu ya zama abin farin ciki ba nauyi ba."

Alistair Begg, Babban Fasto, Parkside Church, Ohio, USA

"Jeramie Rinne ya tabbatar da cewa abu ne mai yiwuwa a rubuta cikakken bayani game da ofishi da kuma hidimar dattawan ikilisiya. Wannan littafi ne mai daraja! Ba kawai fadakarwa wannan littafi yake da shi ba amma yana da amfani, da taimako a gare ni a matsayin fasto cikin ƙaunata ga Yesu, da kuma ikilisiyarsa baki daya. Wannan ya tilasta mini yin tunani akan wani littafi game da wannan batun da za a iya samun shi da sauƙi. "

Jared C. Wilson, Fasto, Middletown Springs Community Church, Vermont, USA; marubucin, *Gospel Wakefulness* and T*he Pastor's Justification.*

"Kana marmarin ganin rukunin mutane da suke girma, masu tsoron Allah a ikilisiyarku wadanda suke aiki tare da fastoci domin su yi kiwo, su koyar, su kuma almajirantar da ikilisiya? Wannan rubutu ne da ya yi daidai da Littafi Mai Tsarki mai cike da hikima, wannan ƙaramin littafi game da ainihin yanayin haɗin kai na hidimar ikilisiya da kuma shugabanci ne. Ko menene ra'ayinka game da yadda ya kamata a naɗa dattawa, da yadda ya kamata tsarinsu ya kasance, da kuma yadda ya kamata a ba su suna, a nan zaka sami abubuwa da yawa da zaka kalubalanta, ƙarfafa, ka kuma jagorance su."

Tony Payne, Publishing Director, Matthias Media; marubucin, T*he Trellis and the Vine*

ABINDA KE CIKI

GABATARWAR JERIN LITATTAFAI

Kun yarda cewa hakinku ne ku taimaka don gina ikkilisiya mai lafiya? Idan ku Krista ne, mun yarda da haka. Yesu ya umarce ku ga hidimar almajirantaswa (Mat. 28:18–20). Yahuza ya ce ku inganta kanku ga bangaskiya (Yahuza 20–21). Bitrus ya kira ku ga yin amfani da baiwar ku wajen kyautatawa juna (1 Bit. 4:10). Bulus ya gaya maku wace ku fadi gaskiya cikin kauna don ikkilisiyarku ta zama cikakka (Afisawa 4:13, 15). Kunga daga inda muka sami wannan?

Idan kai mamba ne ko kuma shugaba na ikkilisiya, manufar tara littattafai game da Gina Ikkilisiyoyi masu Lafiya shi ne taimaka maku cika wadannan umarnai na Littafi Mai Tsarki da kuma bada gudu-mawarmu wurin gina ikkilisiya mai lafiya.

Ko kuma muna iya cewa, muna fata wadannan litattafai zasu taima-ka maku yin girma cikin kaunar ikkilisiya kamar yadda Yesu ke kaunar ikkilisiyarku.

9Marks tsara ya kuma wallafa littafi takaitacce, mai saukin karantawa wanda Mark Dever ya dauki kowanne dayansu domin ya bayyana alamomi 9 na ikkilisiya mai lafiya, ya kuma kara daya akan ingantacciyar koyaswa. Ku jira littatafai akan wa'azi na fassara, tauhidin Littafi Mai Tsarki, bishara, tuba, wa'azin bishara, zama mamba na ikkilisiya, bada horo a ikkilisiya, almajiranci da girma, da kuma shugabanci a ikkilisiya.

Ana kafa ikkilisiyoyi domin su bayyana daukakar Allah ga dukan al'ummai. Muna cimma haka ne ta wurin kafa begenmu ga bisharar Yesu Almasihu, da dogara a gareshi domin samun ceto, da kuma kaunar juna cikin tsarki na Allah, hadin kai, da kauna. Muna addu'a wannan littafi dake hannunku zai zama da taimako.

Kyakkyawan fata daga,
Mark Dever da Jonathan Leeman
editocin wadannan jerin littattafai

1

GABATARWA

"Ni dattijon ikilisiya ne,Yanzu sai me?"

Fastoci da yawa za su iya rubuta littafi mai taken "Abin da ba a gaya Mini Akan Hidimar Fasto ba a Makarantar Tauhidi." Mai yiwuwa littafin zai kunshi surori masu ban takaici, da nauyi, kamar "Yadda Za a Tsira a Taron Kasuwanci Marar Dadi" Ko kuma "Abin da mutum zai fada a Jana'izar Dan Shekara Uku." Hidimar fasto ta ƙunshi wahala, sanyin gwiwa, da baƙin ciki yadda babu makarantar da za ta iya shirya mutum yadda ya kamata.

Amma hidima kuma tana kunshe da farin ciki. A makarantar tauhidi babu wanda ya gaya mini cewa zan fada soyayya da ikilisiya ta ko kuma zan sami wurin zama na gaba domin ganin amincin Allah da kuma aikin ikon bishara a cikin rayuwar mutane.

Babu kuma wanda ya gaya mini game da farin ciki da gamsuwa da zan samu ta wurin yin aiki tare da dattawan ikilisiya.

Ina ƙaunar dattawan ikilisiya.[1] Ina mamakin mutanen da, duk da rashin lokacinsu da rayuwar gida mai cike da hidima, suna sadaukar da lokaci da dukiyarsu, hawayensu da addu'o'i domin su jagoranci ikilisiyoyinsu. Ina jin daɗin kallon yadda suke gwag-

---

[1] Ina amfani da kalmar domin bayyana "masu aikin sa kai" ko kuma "marasa albashi." Ba ina amfani da wannan kalmar domin nuna bambanci tsaknin wadanda suke jagornci da kuma sauran 'yan'uwa da suke cikin ikilisiya ba. Sabanin haka, wannan littafin zai ba da hujjar cewa dattijo mara albashi da fasto ko kuma mai hidima da ake biyan sa albashi suna da aiki ɗaya, ko da ikilisiya ta zaɓi ta biya na biyun domin ya ba da ƙarin sa'o'i ga aikin.

warmaya tare, suke yin kuskure su kuma gyara tare. Yana kama da tarayya da almajirai goma sha biyu: marasa kwarewa, mutane masu kasawa suna cika kira mai ban mamaki ta wurin alherin Allah. Dattawan ikilisiyarmu sun zama 'yan'uwana na gaske; ba zan iya tunanin hidima ba tare da 'yan'uwa makiyaya ba.

Wani dalili kuma da ya sa nake ƙaunar dattawan ikilisiya shi ne: su ne Allah ya naɗa domin su kula da ikilisiyoyinsa. Allah ya yi tanadin makiyaya ga mutanensa a kowane lokaci. Ya ba Isra'ilawa Musa, Sama'ila da kuma alƙalai. Ya samar da makiyayi mafi kyau na Isra'ila, Sarki Dauda. Duk da haka, dukan waɗannan mutane, har da Dauda sun kasa. Sarakunan da suka yi sarauta bayan Dauda sun ƙara jefa garken Allah cikin bautar gumaka da kuma aikata rashin adalci. Saboda haka sai annabawa suka fara magana game da makiyayi mai zuwa, sabon "Dauda" (misali, Ishaya 9:1–7; Ezekiyel 34:20–24)

Allah ya cika alkawarinsa ta wurin aiko da Yesu, Ɗan Dauda, Makiyayi Mai Kyau wanda ya ba da ransa domin tumaki ya kuma tashi daga matattu. Amma ba a nan ya tsaya ba. Yesu ya naɗa manzanni daga baya kuma dattawan ikilisiya domin su kula da garkensa a matsayin makiyaya masu taimaka masa har sai ya dawo (Afi. 4:7–13; 1 Bit. 5:1–4). Dattawa mataimakan Yesu ne wajen kiwon ikilisiyoyinsa.

MASU TSORON ALLAH, MASU KYAKKYAWAR MANUFA, DA KUMA . . . MARASA FAHIMTA

Ko da yake ina ƙaunar dattawan ikilisiya saboda waɗannan dalilai, na lura da wata matsala da take faruwa. Ko da yake dat-

4

tawan ikilisiya amintattu ne kuma suna da kyakkyawar manufa, suna da rashin fahimta game da abin da zama dattijon ikilisiya ke nufi. Ba su da cikakkiyar fahimta game da abin da ya kamata su yi. Sa'an nan, a gaskiya, yawancin fastoci suna da irin wannan rashin fahimta.

Sakamakon haka, dattawa sukan shigo da wasu salon jagoranci cikin ikilisiya, ta wajen amfani da kwarewarsu da ayyukansu. Ba tare da cikakken bayani daga Littafi Mai Tsarki game da aikin dattijo ba, wadannan mutane suna dogara ga abin da suka sani. Suna zaton zama dattijo yana kama da:

- Shugabancin makaranta
- Gudanar da kasuwanci
- Jagorantar jirgin yaƙi
- Gudanar da ayyuka
- Kaddamar da ayyuka
- Kula da ma'aikata
- Kasancewa daya daga cikin kwamitin amintattu

Wadannan abubuwa suna da amfani ga shugabancin dattijon ikilisiya. Duk da haka kula da ikilisiya aiki ne na musamman.

"NI DATTIJO NE YANZU SAI ME?"

An shirya wannan littafin ne domin samar da taƙaitaccen bayani daga Littafi Mai Tsarki game da aikin dattawan ikilisiya. Ina so in samar da taƙaitaccen bayani mai sauƙin karantawa, da kuma izawa akan aikin dattijon ikilisiya wanda za a iya ba wa sabo ko kuma

5

mai burin zama dattijon ikilisiya wanda yake buƙatar sanin abin da dattijon ikilisiya ke nufi da kuma aikinsa. Ina fata littafin zai bada amsa ga amintaccen mutum, mai kyakkyawar manufa wanda zai yi tambaya cewa: "Ni dattijon ikilisiya ne. Yanzu sai me?"

Amma wannan littafin ba domin dattawa na yanzu ko kuma waɗanda za su zama dattawa a nan gaba ne kawai ba. Har ma da membobin ikilisiya. Dukkan ikilisiya na bukatar fahimtar shirin Allah ga ikilisiya, gami da shirinsa akan shugabanci. Membobin ikilisiya na iya kasance da jahilci game da yanayin aikin dattijo kamar su kansu dattawan.

Domin haka ina addu'a cewa wannan littafin zai kawo koshin lafiya ga ikilisiyoyi yayin da membobi da shugabanni suka haɗa kai wajen cimma manufar Littafi Mai Tsarki ta hidima da jagoranci a cikin Ikilisiya. Ina fatan cewa Krista marasa ƙarfi a ruhaniya, za su iya karanta wannan littafin kuma su sami ƙarfafawa domin kiwon iyalansu da ikilisiyoyinsu. A ƙarshe, ina addu'a Allah zai yi amfani da wannan ɗan littafin domin canza rayuwar wasu mutane ta wajen kiransu zuwa hidima a matsayin sana'a.

DATTAWA, MASU AIKIN KULA, DA FASTOCI

A nan zan yi amfani da kalmomin *dattijo* da kuma *mai aikin kula* a matsayin kalma daya domin Sabon Alkawari ya yi amfani da su a matsayin daya.[2] Zama dattijo aiki ɗaya ne da ke da laƙabi biyu.

---

[2] Ka lura da yadda aka yi amfani da kalmomin *dattawa, mai aikin kula, makiyayi, da kuma aikin kula* a cikin waɗannan nassosi: Ayukan Manzanni 20:17, 28; Titus 1:5–7; 1 Bit. 5:1–5.

6

Domin haka, akwai laƙabi uku. Zan bada hujjoji a babi na 2 cewa kalmar *fasto* (wato, "makiyayi") tana nufin matsayi a cikin ikilisiya na *dattijo* da *mai aikin kula*. A cikin Littafi Mai Tsarki, dattawa fastoci ne, wato masu aikin kula. Mutumin da muke kira "fasto" a cikin ikilisiya dattijo ne da ake biya, mutumin kuma da muke kira "dattijo" ko "mai aikin kula" a cikin ikilisiya fasto ne marar albashi.

Dattijo ko makiyayi, mai aikin kula ko fasto, wanda ake biya ko mai aikin sa kai. Duka aiki ɗaya ne. *Amma wane irin aiki ne?* Me ya kamata dattawa su yi a cikin ikilisiya? Menene umurnin Yesu ga makiyayan da ya zaba? Ta yaya zasu san cewa suna yin aikin?

Kafin mu amsa waɗannan tambayoyi, wajibi ne mu yi wani abu mafi muhimmanci. Muna bukatar mu fahimci abin da Littafi Mai Tsarki yake bukata domin zama dattijo. Idan kana da burin zama dattijo, aikinka na farko shi ne ka fahimci ko ka shirya!

1

KADA KA YI ZATO

Na zama almajirin Yesu tun ina ƙarami ta wurin wata amintacciyar hidimar bishara a wata ƙaramar ikilisiyar Baptist da wani dattijo ke jagoranta a kusa da birnin Las Vegas, Nevada. Sa'ad da nake ɗan shekara ashirin da shida, na zama babban fasto (ko kuma babban dattijo) a wata ƙaramar ikilisiyar Baptist da ke ƙauyukan Boston, Massachusetts. Saboda haka, za ka iya ɗauka cewa na fahimci kome game da zama dattijo. Amma bayan da na zama dattijo ne na soma nazarin abin da Littafi Mai Tsarki ya ce game da dattawan ikilisiya.

Sa'ad da na yi hakan, abubuwa biyu sun ba ni mamaki. Na farko, na yi mamakin *yawan abubuwan* da Littafi Mai Tsarki ya ce. Kusan dukan marubutan Sabon Alkawari sunyi magana game da dattawa. Akwai nassosi da yawa. Na fahimci cewa amintattun dattawa ba zabi ba ne a cikin ikilisiya; suna da muhimmanci a shirin Allah na kiwon ikilisiyoyinsa. Ta yaya zan kasa fahimtar haka?

Na biyu, na yi mamaki cewa abin da Littafi Mai Tsarki ya ce game da dattawa *ya bambanta* da abin da na yi tsammani. Na yi zaton cewa na cancanci zama fasto da kuma dattijon ikilisiya domin ina ƙaunar Yesu, ina da digiri a makarantar tauhidi, ina kuma iya wa'azi da kyau. Me kuma ake bukata?

9

Watakila kai ma kana tsammanin ka cancanci zama dattijo, amma domin wasu dalilai na dabam. Watakila kana tunanin cewa lokaci ya yi da za ka shiga rukunin dattawa domin ka kasance amintacce a cikin ikilisiya. Ka yi hidima har na wa'adi biyu a kwamitin yada bishara, ka dauki nauyin nazarin Littafi Mai Tsarki a gidanka, har ma kana koyar da makarantar Lahadi a lokacin da ba a sami malami ba. Kana biyan duka tsare-tsaren ka, yanzu kuma kana ganin damar ka ce ta yin jagoranci.

Ko kuma watakila ka dauka cewa ka cancanci zama dattijo domin kana ba da gudummawa mai yawa. Da bacin gudummawarka ta kudi ba da ikilisiya ta shiga babbar matsala. Manyan masu bayarwa sun cancanci ikon fada-a-ji da kuma wurin zama na musamman. Wadannan su ne dokokin. Ban da haka ma, ikilisiyarku na bukatar shugaba masanin harkokin kasuwanci.

Yana kuma yiwuwa ka yi zaton cewa ya kamata ka yi jagoranci a cikin ikilisiya domin kana jagoranci a waje. Watakila kana jagorancin wani kamfani da kyau, kana cikin kwamitin kungiya mai zaman kanta, kana shugabancin wani sashe, kana jagorantar runduna, ko kuma horar da wata kungiyar wasanni. Babu damuwa idan ka yi tsammanin kwarewarka ta jagoranci, iyawa, da kuma baiwa zasu sa ka cancanci zama dattijo.

Haka ne?

Kamar yadda na ambata a gabatarwa, aikinka na farko a matsayin dattijo shi ne ka tantance ko ya kamata ka zama dattijo bisa ga abin da Littafi Mai Tsarki ya ce. Kada ka yi tsammani. Ko da ka taba yin hidima a matsayin dattijo a baya, ka ba Kalmar Allah dama ta yi jagoranci.

Abubuwan da ke ƙasa halaye ne guda shida na zama dattijo da aka samo daga Sabon Alkawari. Ka karanta su ka kuma yi addu'a a kansu. Ka tsaya ka rika yin tunani a kansu. Ka shigar da wasu cikin zancen. Ka nuna wannan sashen ga matarka, ko wasu abokai, ko kuma wani dattijo, ka tambaye su cewa, "Shin waɗannan halayen sun yi daidai da ni kuwa?"

KA CANCANCI ZAMA DATTIJO IDAN.......
1. Kana So Ka Zama Dattijo

Bias ga ɗaya daga cikin koyarwar Sabon Alkawari mafi tsawo game da zama dattijon ikilisiya, manzo Bulus ya fara da cewa, "Maganar nan tabbatacciya ce, 'cewa duk mai burin aikin kula da ikkilisiya, yana burin yin aiki mai kyau ke nan'" (1 Tim. 3:1). Bitrus kuma ya faɗi cewa: "ku yi kiwon garken Allah da yake tare da ku, ba a kan tilas ba, sai dai a kan yarda" (1 Bit. 5:2).

Buri. Muradi. 'Yanci. Wajibi ne ku so su. Kula da garke da aminci yana bukatar ƙoƙari sosai. Idan ba ka da muradin taka wannan rawar, za ka iya ƙonewa. Hakika, hakan ba ya nufin cewa dukan waɗanda suke so su zama dattawa sun cancanta. Amma yana nufin rashin muradi matsala ce.

Akwai wani mutum a ikilisiya ta wanda ya cancanci zama dattijo. Mutanen da suke da hakkin zabe sun shawarce shi cewa ya zama dattijon ikilisiya. Hakika, mun roke shi har sau uku. A bayyane yake cewa karo na uku ya kasance abin sha'awa saboda a ƙarshe ya amince. Amma yayin da na ci gaba da tattaunawa da shi, ya bayyana cewa ba ya so ya zama dattijon ikilisiya. Ya yarda ya yi aiki a wani ɓangare domin ya ƙi tayin sau biyu a baya. A

11

ƙarshe, izawar da ya samu domin aiki a ikilisiya ta tilasta shi ya yarda ya yi hidima—abin da Bitrus ya yi gargadi akan shi.

Ya kuma gaya mani game da sha'awarsa na ware wani lokaci daga cikin jadawalinsa domin ya isar wa maƙwabtansa da birnin bishara. Ina iya tunanin irin takaicin da zai yi idan ya shagala wajen kiwon garken sa'ad da yake son ya fita domin ribatowa zuwa cikin garken. Saboda haka, bayan ya ci gaba da addu'a, ya sauya ra'ayinsa ya sake ƙin yarda a karo na uku. Saura kadan mu maida mai wa'azi ya zama dattijon ikilisiya.

Ko da yake ba dukan izawa ba ce mai kyau, wajibi ne ka kasance da muradi na gaske domin zama dattijon ikilisiya. Shin Ruhu Mai Tsarki ya sanya muradi mai kyau a cikin zuciyarka na kiwon ikilisiya? Menene yake iza ka?

2. Ka Nuna Halaye masu Kyau

Za ka yi tunanin cewa abu mafi muhimmanci ga dattijon ikilisiya shine iya gudanar da ƙungiya. Ko da yake iya gudanarwa wani ɓangare ne na zama mai aikin kula da ikilisiya, marubutan Sabon Alkawari sun fi mai da hankali ga hali na tsarki. Wajibi ne makiyayan da Yesu ya nada su nuna halin Yesu. Gara amintaccen dattijon ikilisiya marar baiwa ta shugabanci da kwararren shugaba mai ɗabi'u marasa kyau.

Ka karanta waɗannan wurare biyu da Bulus ya bayyana abubuwan da ake bukata ga dattijon ikilisiya. Ya kamata waɗannan halaye masu kyau su yi daidai da dattijon ikilisiya kamar dinkakkiyar riga da wando:

To, lalle ne mai kula da ikkilisiya yă zama marar abin zargi, yă zama mai mace ɗaya, mai kamunkai, natsattse, kintsattse, mai yi wa baƙi alheri, gwanin koyarwa kuma. Ba mashayi ba, ba mai saurin dūka ba, amma salihi, ba kuma mai husuma ba, ba kuwa mai son kuɗi ba. (1 Tim. 3:2–3)

Lalle ne kuwa, kowane mai kula da ikkilisiya, da yake shi mai riƙon amana saboda Allah ne, yă zama marar abin zargi, ba mai taurinkai ba, ko mai saurin fushi, ko mashayi, ko mai saurin dūka, ko mai kwaɗayin ƙazamar riba. Amma yă kasance mai yi wa baƙi alheri, mai son abu nagari, natsattse, mai kirki, tsarkakakke, mai kamunkai. (Titus 1:7–8)

Domin muhimmancin kasancewa da hali irin na Almasihu, bari mu ɗan dakata mu bincika wasu cikin waɗannan halayen dalla-dalla.

Zama marar abin zargi. Bulus ya fara jera waɗannan halaye da "zama marar abin zargi" ko "marar aibi." Waɗannan abubuwa ba sa nufin dattijon ikilisiya ya fi karfin zunubi kuma yana rayuwa wacce ta dace. Idan haka ne, akwai bukatar ikilisiyoyi su sauke dattawan su— dukansu. Maimakon haka, mutumin da ba shi da abin zargi yana nuna misali mai kyau na kamannin Almasihu, ba shi da zunubi wanda yake a fili. "Zama marar abin zargi" yana kama da kasancewa "kintsattse" (1 Tim. 3:2), "mai kirki," "tsarkakakke" (Titus 1:8).

13

A cikin littafinsa game da abubuwan da ake bukata ga dattijon ikilisiya, Thabiti Anyabwile ya bayyana wannan yadda ya kamata: "Kasancewa marar abin zargi yana nufin cewa dattijon ikilisiya ya zama mutumin da babu wanda yake zarginsa da wani laifi ko lalata. Mutane za su yi mamaki idan suka ji ana zargin irin wannan mutumin da irin wannan aikin."[1]

Idan aka naɗa dattawa marasa abin zargi, hakan zai sa membobin ikilisiya su ƙara amincewa da su. Bayan haka, shugabannin ikilisiya waɗanda ba su da abin zargi suna kare martabar ikilisiya a idanun al'umma, domin kamar yadda Bulus ya ce, "lalle ne yǎ zama mai mutunci ga waɗanda ba su a cikinmu, don kada yǎ zama abin zargi, yǎ faɗa a cikin tarkon Iblis" (1 Tim. 3:7).

Mai kamunkai. Bisa ga bayanin Bulus, lalle ne dattawa su zama masu kamunkai, masu hankali, natsattsu, da kuma kamewa. Kamun kai albarka ce ta Ruhu Mai Tsarki (Gal. 5:23) alama ce kuma ta rayuwar Krista. A taƙaice, mutumin da ke cike da Ruhu mutum ne mai kamunkai.

Abin ban sha'awa, a cikin waɗannan abubuwa biyu, Bulus ya yi gargaɗi game da rashin kamunkai: shaye-shaye. Shaye-shaye yana ɓata rayuwa yana kuma ƙara jefa mutane cikin zunubi. Na san wani mutum da ya daina shaye-shaye sa'ad da ya zama dattijon ikilisiya. Ba ya son a zarge shi akan shaye-shaye yana kuma so ya zama abin koyi ga membobin ikilisiya waɗanda suke gwagwarmaya da shaye-shaye.

---

[1]Thabiti Anyabwile, *Finding Faithful Elders and Deacons* (Wheaton, IL: Crossway, 2012), 57

Ko da yake Nassi bai bukaci dattawa su guje wa shan giya ba, wajibi ne su kasance da halin iya ƙin irin wannan hali da ɗan'uwan ya nuna.

Kana ɓoye halayenka na shan giya, shan ƙwaya, kallon hotunan batsa, ko kuma caca? Kana yawan yin fushi, kana annubazaranci, kana rantsuwa, ko kuma gulma? Kana bukatar ka yi jinkirin zama dattijo na ɗan lokaci domin ka ƙyale wasu zunubai da ka saba yi da kuma daukar halin kamunkai?

Tawali'u. Akwai wata sananniyar karin magana a harshen Swahili da ke cewa, "Idan giwaye suka yi faɗa, akan tattake ciyawa." Hakazalika, sa'ad da makiyayan ikilisiya suka kasance masu zafin rai da kuma husuma, tumaki suna shan azaba. Shi ya sa Bulus ya kwatanta dattijon ikilisiya da ya cancanta a matsayin "ba mai saurin dūka ba, amma salihi, ba kuma mai husuma ba" (1 Tim. 3:3) da kuma "ba mai taurinkai ba, ko mai saurin fushi" (Titus 1:7). Masu aikin kula dake da son kai, nuna iko, jayayya, masu matsawa, marasa tausayi, masu zafin rai, masu son yin faɗa suna azabtar da 'yan ikilisiya.

Maimakon haka, ya kamata dattawa su zama manyan masu tawali'u. Tawali'u ba ya nufin rauni ko kuma wawanci. Dattawan ikilisiya masu tawali'u suna mulkinsu da tausayi irin na makiyayi da kuma kulawa irin ta uba mai ƙauna. Na taɓa kallon wani shiri a talabijin inda aka nuna wani kunkuru yana tafiya kusa da wata giwa da take shan ruwa a wata rijiya. Sai giwar ta duba ƙasa ta matsar da kunkurun gefe da hancin ta don kada ta taka wannan dabba mai rarrafe akan kuskure. Na yi mamakin ganin yadda

15

wannan babbar dabba ta nuna kula. Hakazalika, mutane suna jin dadi sa'ad da wani shugaban aikilisiya ya nuna musu tawali'u.

Kai mai tawali'u ne ko kuma kana da zafin hali? Kai mai neman zaman lafiya ne ko kuma mai son tayar da fitina? Kai mai saurarawa ne ko kuma kana son gaya wa mutane ra'ayinka? Yana da wuya a auna wadannan abubuwa a kanka. Ka kasance da ƙarfin zuciya yadda zaka tambayi wasu 'yan ikilisiya masu basira su ba ka cikakken bayani akan wadannan abubuwa.

Ba mai son kudi ba. Bai kamata dattawan ikilisiya su zama "masu son kudi ba." Bitrus ya ce wajibi ne dattawan ikilisiya su yi hidima "ba ma don neman ribar banza ba, sai dai da himma" (1 Bit. 5:2). Wadannan kalmomi tsautawa ce ga fastoci da masu amfani da hidimarsu don su azurta kansu su kuma yi rayuwa ta ƙasaita. Ku yi hankali da makiyayan da suke yi wa tumaki kwace. Son kudi ba matsala ba ce da ta tsaya ga fastocin da ake biya albashi ba. Dattawa da suke neman kudi ba sa iya ba da lokacinsu da karfinsu domin kula da ikilisiya. A wasu lokatai, dattawa masu son kudi sukan takurawa ikilisiyoyi saboda gudummawarsu. Sukan sarrafa kasafin kudi na ikilisiya su kuma karkatar da kudin zuwa hidimar dabbobi. Suna tantance lafiyar ikilisiya da kuma nasarar ta ta wajen rahoton kudi na wata-wata. Sa'ad da mutane masu son kudi suka jagoranci ikilisiya, ba za a ƙara ba da kudi don taimaka wa talakawa ba, ba za a ƙara kafa ikilisiya ba, ba za a kuma ƙara yin wa'azin bishara a dukan duniya ba. Me ya sa za a zuba jari mai yawa a cikin abubuwan da ba za su wadatar dattijo mai son kudi kai-tsaye ba?

Yaya kake tafiyar da al'amuranka na kuɗi? Kana ƙaunarsu kana kuma son ka tara su? Ko kuma kana jin daɗin ba da gudummawa ga ikilisiyarka, yaɗa bishara, da kuma bukatun wasu? Kana ba da zakka ko kuma sadaka, hadaya ko kuma alama? Shin kana bayarwa tare da sharadi? Ka binciki kanka sosai, "domin son kuɗi shi ne tushen kowane irin mugun abu" (1 Tim. 6:10).

Kafin mu ci gaba, ka ɗan dakata ka yi tunani game da Yesu. Sa'ad da shugabannin addinai suka zarge shi da yin tarayya da Iblis, zargin bai bi shi ba domin *ba shi da abin zargi*. Sa'ad da Bitrus ya ba shi zarafin guje wa wadanda suka kama shi, ya kame kansa, ya ƙuduri aniyar cika abin da shi da Ubansa suka shirya a kan gicciye. Sa'ad da yake tarayya da raunana, masu bacin zuciya, da marasa lafiya, ya kasance da tawali'u. Sa'ad da Iblis ya yi masa tayin sarautar duniya, bai zama mai kwaɗayi ba. A dukan waɗannan lokatai, Yesu yana aiki ne a matsayin makiyayin tumaki na Allah, ya kuma kafa misali ga dattawa a cikin ikilisiyoyi a yau.

3. Za Ka Iya Koyar da Littafi Mai Tsarki

Bulus ya ce wajibi ne mai aikin kula ya zama "gwanin koyarwa" (1 Tim. 3:2). Koyar da Littafi Mai Tsarki yana da muhimmanci sosai ga aikin dattijo na kiwo. Za mu bincika koyarwa sosai a babi na 3. Amma a yanzu, ka yi tunani: "Shin na koyar da wasu daga Kalmar Allah da kyau kuwa?"

A cikin shekarun da suka gabata, dattawan ikilisiyarwa sun tattauna akan wadanda zasu zama dattawan ikilisiya. A cikin haka, wani yaka ba da shawara akan wani mutum da ya yi shekaru cikin bi mai aminci kuma a cikin ikilisiya. Muna magana game da halin kirki na mutum da kuma nasarar aurensa. Mun lissafa fannoni da kwamitocin da ya yi aiki, muka kuma fahimci cewa wannan mutumin ya ba da kansa da lokaci mai yawa. Yayin da muke ci gaba da tattaunawa, sai ya kasance a bayyane cewa ya kamata ya zama dattijo.

Sai wani ya tambaye shi, "Shin zaka iya koyar da Littafi Mai Tsarki?"

Babu shakka mutumin da ake magana a kansa ya koya mana ta wurin halayensa na kirki. Amma wannan ba abin da Bulus yake nufi ba ne sa'ad da ya bukaci dattijon ikilisiya ya zama gwanin koyarwa. Yana nufin iya isar da sakon bishara da baki da kuma koyarwar Littafi Mai Tsarki. wajibi ne dattijo ya zama "mai riƙe da tabbatacciyar maganar nan kankan, daidai yadda aka koya masa, domin yă iya ƙarfafa wa waɗansu zuciya da sahihiyar koyarwa, ya kuma ƙaryata waɗanda suka yi musunta." (Titus 1:9).

A wasu bangarori, za mu ga cewa ɗan'uwan bai taɓa koyarwa ba, ko da a ƙaramin rukuni kamar gida. Saboda haka, muka ɗan dakatar da batun naɗa shi dattijo muka kuma tattauna batun da shi a tattaunawarmu ta gaba.

Dattawa suna kiwon garken kamar yadda Yesu ya yi. Kamar yadda Yesu ya shaida Kalmar Allah da iko, wajibi ne masu son zama dattawa su iya koyar da Littafi Mai Tsarki yadda ya kamata.

4. Kana Sarrafa Iyalinka da Kyau

Al'ummar Amurkawa suna nuna bambanci tsakanin hukumomin gwamnati da masu zaman kansu, wurin aiki da gida. Muna tantance shugaban kasuwanci bidsa ga iyawarsa ta samar da riba da cimma manufofin kamfani, ba a kan ingancin rayuwarsa ba. Gidan shugaba—yara, aure, rayuwar jima'i—abu ne da ya safe shi. Amma a cikin iyalin Allah, rayuwar gida ta dattijon ikilisiya tana da muhimmanci ƙwarai. Hakika, rayuwar aure da kuma horar da yara suna gwada cancantar dattijo. Ka yi la'akari da hanyoyi uku da shugabancin mutum a cikin iyalinsa zai sa ya cancanci shugabancin ikilisiya. Wajibi ne dattijon ikilisiya ya zama:

Mijin mace daya. Yawancin fassarar Littafi Mai Tsarki na Turanci sun fassara kalmomin Bulus a matsayin "mijin mace ɗaya" (1 Tim. 3:2; Tit. 1:6), amma wasu sun fassara su a matsayin "mutum mai mata ɗaya." Yana da wuya a san ainihin yadda za a fassara wannan jimlar.[2] Amma aƙalla, yana nufin miji mai aminci da yake daraja alkawarin aure.

Ka kasance mai aminci ga matarka? Kana yawan shiga shafukan batsa? Ka taɓa sakin aure? Yaya dangantakarka da matarka take a yanzu? Babu wanda aurensa yake ba tare da matsaloli ba. Amma idan aurenka yana da rauni ko kuma idan ka taba sakin aure a baya, ya kamata ku yi magana da wasu dattawa masu hikima da fastoci kafin ka nemi zama dattijo. Yadda kake kula da amaryarka yana da muhimmanci idan kana so ka kula da amaryar Almasihu.

---

[2] Da alama an a yi amfani da furucin a matsayin haramci ga auren abokin zama fiye da ɗaya tun da aka yi amfani da akasin kalmar, "macen miji ɗaya," domin bayyana gwauraye waɗanda suka cancanci taimako na ikilisiya (1 Tim. 5: 9), lalle kuma babu wannan al'ada ta auren miji fiye da ɗaya a duniyar Romawa da Hellenawa. Rashin ambaton wannan al'ada ta auren namiji fiye da ɗaya, wajibi ne a yi amfani da wannan furcin ko dai na (1) ma'anar shi a zahiri, wadda ke nufin ba ta taba sake aure ba, ko wacce aurenta ya mutu ko kuma gwauruwa; ko kuma (2) a alamance, wataƙila ana nufin wani abu kamar "kasancewa mace mai aminci a cikin aure." Na karkata ga fassara ta biyu. Domin samun cikakken bayani, duba George Knight III, *The Pastoral Epistles: A Commentary on the Greek Text* (Grand Rapids: Eerdmans, 1992), 157–58.

Wannan bukata cewa dattijo ya zama "mutum mai mace ɗaya" zai zama da cikas ga 'yan'uwa maza marasa aure dake da niyar zama dattawan ikilisiya? Ganin koyarwar Bulus a fili a wani wuri game da fa'idodin rashin aure a cikin hidimar da kuma misalin kansa na zama manzo marar aure (1 Kor. 7:7, 25–38), da alama rashin aure ba zai zama cikas ga mutum a ofishin mai aikin kula ba. Duk da haka, idan ba ka yi aure ba, ka tambayi kanka: "Na kasancewa da tsabta a rayuwata ta jima'i? Shin ba ni da abin zargi a dangantakata ta neman aure?"

Uba mai iya sarrafa gidansa: Iya sarrafa gida yana da muhimmanci ga dattawa. Ya kamata masu aikin kula su kasance da iya jagoranci, kamar yadda yake a taken "mai aikin kula." Duk da haka, yawancin lokuta muna danganta "iya sarrafawa" da ma'aikata da kuma gudanarwa, kudi da kuma dabarun tsare-tsare. Bulus yana nufin wani wuri na gudanarwa dabam: yara da gida.

Dattijo mutum ne da "ya iya sarrafa iyalinsa da kyau, yana kuma kula da 'ya'yansa, su yi biyayya da matuƙar ladabi. (in mutum bai san yadda zai sarrafa iyalinsa ba, ta ƙaƙa zai iya kula da ikkilisiyar Allah?)" (1 Tim. 3:4–5).

Ka ga alakar dake tsakanin zama uba da kuma dattijon ikilisiya? A waɗannan yanayi biyu, namiji ne yake shugabanci. A duka biyun, yana da aiki na musamman na taimaka wa waɗanda suke ƙarƙashin kulawarsa su yi girma su kuma yi rayuwa tare cikin jituwa. Aikin iyaye da na dattawa duka akan jagorantar mutane ne zuwa girma a cikin al'umma. Ka koyi yadda za ka yi kiwon iyalin Allah ta wajen yin kiwon naka da farko.

20

Shin 'ya'yanka suna da ladabi ko kuma ba su da halin kirki? Shin kana koyawa 'ya'yanka Kalmar Allah da bishara a gida? Ko kuma yaranku suna fushi saboda kuna yawan tsauta musu ta wajen rashin iya bada tarbiya (Afi. 6:4)? Yanayin gidanka yana da kyau da kuma tsari ne ko kuma yana da lahani da kuma hargitsi?

Wannan nassin ya ware 'yan'uwa marasa haihuwa daga zama dattawa? A'a, ba ƙa'ida ba ce. Duk da haka, idan mutum mai aure ya ƙi ya haifi 'ya'ya domin ya ji dadin rayuwa ba tare da 'ya'ya sun shiga hanyar su ba, ya kamata wannan ya zama abun damuwa. Shin ƙaunar duniya ce ta hana shi yin biyayya da wannan umurnin aure na asali, "Ku hayayyafa ku riɓaɓɓanya" (Farawa 1:28)? Amma idan mutum bai sami haihuwa ba domin wasu dalilai da suka fi karfinsa, ya kamata ya yi aikin almajirantarwa da kyau a cikin rayuwarsa. Ga ƙa'idar kamar haka: naɗa mutane su zama makiyaya waɗanda suke aikin makiyaya da kyau.

Yi wa baƙi alheri. Sau biyu Bulus ya yi umarnin cewa masu aikin kula su zama "masu yi wa baƙi alheri." (1 Tim. 3:2; Tit. 1:8)

Yi wa baƙi alheri zai iya nuna halin kirki, tausayi, da kuma kula da mabukata, da waɗanda suka ɓace, da kuma waɗanda suke cikin kaɗaici, duka halaye ne da suka dace da dattijon ikilisiya. Amma yi wa baƙi alheri yana da wani abu kuma: yana sa wasu su fahimci yadda iyalinka yake.

Me wasu suke gani sa'ad da suka zo gidanka domin cin abinci? Ba za su ga iyali mai aibi ba, ba shakka. Amma baƙin zasu iya ganin ƙauna da kuma girmamawa a tsakaninka da matarka ta wajen al'amuran ku? Tsakaninka da 'ya'yanka? Zasu iya ganin yaran suna yi muku biyayya, ku kuma kuna yin abin da ya dace sa'ad da

21

'ya'yanku suka yi rashin biyayya? Idan gidanka ikilisiya ce, shin baƙin da ka gayyata za su so su sake dawowa wata ziyarar?

5. Kai Namiji ne

Ya kamata ya zama a bayyane a yanzu, amma bari in faɗe shi a fili: Allah ya kira maza, maza kuma kadai, su zama dattawan ikilisiya.[3] Yi la'akari da wadannan abubuwa:

- Kamar yadda muka gani, Bulus ya faɗa sau biyu, a wurare dabam dabam, cewa wajibi ne mai aikin kula ya zama mijin mace daya.
- Kafin Bulus ya yi magana game da masu aikin kula, ya ce, "Ban yarda mace ta koyar, ko kuma ta yi iko da maza ba" (1 Tim. 2:12). Ganin manufar da ke biye, wannan ayar, aƙalla, lalle ta shafi aikin mai kula, wanda aka ƙayyade shi akan koyarwa da kuma nuna iko.
- Bulus ya danganta shugabancin ikilisiya da shugabancin iyali. Kamar yadda Allah ya kira maza su yi jagoranci a cikin aure da bada barbiya a matsayin iyaye (Afisawa 5:22– 6:4), haka kuma ya kira maza su yi jagoranci a cikin iyalin ikilisiya.

Shin hakan yana nufin cewa mata ba za su iya koyarwa ko kuma zama makiyaya ba, ko su yi yaki da zunubi ko kuma koyi da halin kirki? Ba haka ba ne. Wataƙila za ka iya tunawa da am-

---

[3]Na lura cewa wannan batu ne da ake yawan jayayya a kai, abin takaici kuma a takaice kawai zan iya bada 'yan hujjoji da ke goyon bayan ra'ayina. Domin cikakken bayani game da nassosi da kuma abubuwa da zasu taimaka, duba Wayne Grudem, *Evangelical Feminism and Biblical Truth: An Analysis of More than 100 Disputed Questions* (Colorado Springs, CO: Multnomah, 2004).

intattun mata da Allah ya yi amfani da su don ya yi maka jagora ya kuma sauya ka, kamar yadda ya faru da ni. Amma zama dattijo ya wuce baiwa ko kuma hidima. *Dattijo* na nufin wani aiki na musamman, aiki da Allah ya nada, matsayi na musamman a tsarin gudanarwar ikilisiya, kamar yadda uba yake da matsayi na musamman da Allah ya nada a cikin iyali. Kamar kuma yadda yake a matsayin *uba*, haka Allah ya nada *maza* da suka cancanta a matsayin dattawan ikilisiya.

6. Kai Cikakken Mai Bi Ne

Bulus ya yi gargadi game da sababbin tuba da suke hidima a mat-sayin dattawan ikilisiya: "Lalle ne kuma, kada yă zama sabon tuba, don kada yă daga kai yă burmu a cikin hukuncin da aka yi wa Iblis." (1 Tim. 3:6).

A wasu lokatai sababbin tuba suna burge mu da himmarsu ta ruhaniya, canji na sauri, da kuma wa'azin bishara gaba gadi. Amma kada ku yi saurin sa wannan sabon tuba mai kuzari ya zama dattijon ikilisiya. Yana da sauran girma da gwaje-gwaje da yawa a gabansa. Kalmar nan *dattijo* tana nufin hikima da kware-wa, abubuwan da sabon tuba bashi da su.

Idan kai sabon tuba ne, ka mai da hankali ga kafa tushe sosai cikin Almasihu. Ka yi hankali da fahariya ta ruhaniya. Bari ma mu koma baya: ka tabbata cewa ka tuba da gaske. Kada ka yi zato! Ka tuba daga zunubanka ka kuma ba da gaskiya ga Yesu ya gafarta maka? Ka gaskanta cewa mutuwar Yesu da tashinsa daga matattu ne kadai za su iya cetonka daga hallaka su kuma sulhunta ka da Allah? An sake haihuwarka? Babu abin da ke lalata ikilisiyoyi kamar nada fastoci da dattawa wadanda basu tuba ba. Ta yaya mutum zai zama mai kiwon tumaki na Yesu ya kuma nuna halin Yesu idan shi kansa ba Krista ba ne?

Ikilisiyarmu na zaɓar dattawa a taron shekara-shekara. A wannan taron, muna tambayar waɗanda aka zaɓa domin zama dattawa su ba da labarin yadda suka tuba suka ba da gaskiya ga Yesu. A yawancin lokuta, waɗanda ake naɗawa dattawa mutane ne da muka san su shekaru da yawa kuma sun taɓa yin hidima a matsayin dattawan ikilisiya a dā. Amma ikilisiya tana so ta ji waɗannan mutanen sun sake furta bangaskiyarsu ga Yesu. Ban san lokacin da ikilisiyarmu ta fara wannan al'adar ba, amma ina fata ba za mu daina ba.

KAI NE WANNAN?

Ina so ka yi wani abu yanzu. Kafin mu ci gaba zuwa babi na gaba, ina so ka karanta 1 Timoti 3:1-7. Ka karanta shi da ƙarfi. Da gaske nake. Ka je inda babu kowa idan da bukata, kuma ka karan-ta waɗannan ayoyi da karfi:

> Maganar nan tabbatacciya ce, cewa duk mai burin aikin kula da ikkilisiya, yana burin yin aiki mai kyau ke nan. To, lalle ne mai kula da ikkilisiya yǎ zama marar abin zargi, yǎ zama mai mace ɗaya, mai kamunkai, natsattse, kintsattse, mai yi wa baƙi alheri, gwanin koyarwa kuma. Ba mashayi ba, ba mai saurin dūka ba, amma salihi, ba kuma mai husuma ba, ba kuwa mai son kuɗi ba. Ba mashayi ba, ba mai saurin dūka ba, amma salihi, ba kuma

24

mai husuma ba, ba kuwa mai son kuɗi ba. Don kuwa in mutum bai san yadda zai sarrafa iyalinsa ba, ta ƙaƙa zai iya kula da ikkilisiyar Allah? Lalle ne kuma, kada yǎ zama sabon tuba, don kada yǎ daga kai yǎ burmu a cikin hukuncin da aka yi wa Iblis. Banda haka kuma, lalle ne yǎ zama mai mutunci ga waɗanda ba su a cikinmu, don kada yǎ zama abin zargi, yǎ faɗa a cikin tarkon Iblis.

Abin da wani mutum ya ce in yi ke nan sa'ad da ake tantance ni domin fara hidimar fasto. Sai na buɗe Littafi Mai Tsarki na karanta 1 Timoti 3:1–7 da karfi ga mutumin da kuma sauran da suke cikin ɗakin. Lokacin da na gama, mutumin ya ce mini: "Na gode da ka karanta wannan. Ina da tambaya daya kawai. Kai ne wannan? Sai ya zauna.

Lalle ne mu yi kama da Yesu idan muna so mu jagoranci ikil-isiyoyi, Yesu kuma yana da dukan waɗannan halaye. Ya kamata tumakin su lura da halaye masu kyau na Babban Makiyayi a rayuwar waɗanda za su zama mataimakansa. Don haka zan iya yin tambaya cewa, bisa ga kwatancin dattijo da ka karanta, "Kai ne wannan?"

2

KAYI ƙAMSHIN TUMAKI

"Ashe wannan ikilisiyar kamar kasuwancin ku ne, kuna saye da sayarwa, Allah kuma shine hajar da kake tallatawa," wannan shine abin da bakon ya ce yayin da muke tsaye a harabar ikilisiya bayan sujada. (Ina ma a ce na rubuta dukan tattaunawa ta ban mamaki da muka yi bayan wa'azi a harabar ikilisiya!)

Sai na amsa masa cewa "A'a, ba haka ba ne."

Mutumin yana ƙoƙari ne kawai ya faɗi ra'ayinsa akan ikilisiyar bisa ga abin da ya fahimta. A bayyane yake cewa yana a kwarewa a harkokin kasuwanci da kuma saye da sayarwa, saboda haka ya yi ƙoƙari ya fassara ikilisiyar daga abin da ya sani.

Abin takaici, ba sabbin zuwa ikilisiya ba ne kawai suke yin irin wannan kuskuren. Fastoci, dattawa, da kuma membobin ikilisiya sau da yawa suna fassara ikilisiya bisa ga harkokin kasuwanci da kuma tsari irin na hukuma.

Hakika, ikilisiyoyi suna da fannonin kasuwanci. Ikklisiyoyi galibi suna amfani da masana harkokin kuɗi da kasafin kuɗi, ma'aikata da ƙa'idodin ma'aikata, kayan aiki da inshora, tsarin ma'aikata da manufofi, dokoki da kwamitoci. Waɗannan ɓangarorin rayuwar ikilisiya ne da suke bukatar a sarrafa su da kyau domin ɗaukakar Allah. Ikilisiya wuri ne mai tsari.

Matsalar tana tasowa ne sa'ad da wadannan abubuwa masu kama da kasuwanci suka zama sashen tsarin kasuwanci na ikilisiya da ya yi watsi da koyarwar Littafi Mai Tsarki. Zai iya zama kamar haka:

- Fasto = Shugaba
- Ma'aikata = mataimakan shugaba
- Membobi = masu hannun jari/amintattun abokan ciniki
- Baki = masu yiwuwar zama abokan ciniki

Matsayin dattijo kuma fa?

- Dattawa = kwamitin amintattu

A cikin wannan kwatancin, bayanin aikin dattawa yayi kama da na membobin kwamitin amintattu. Suna hayar fasto/fastoci domin su yi aiki su kuma jagoranci hidimar ikilisiya. Dattawa kuma sukan hadu a taro domin su binciki hidimar, su lura da yadda ake kashe kudi, su kuma samar da ka'idodi. Fastocin suna gabatar da sabbin dabaru sa'an dattawan su amince ko su ki amincewa. Fastoci suna tafiyar da hidima dattawa kuma suna bada umarni.

Amma wannan kwatanci na aikin dattawa bai kunshi wata muhimmiyar gaskiya da ke cikin Littafi Mai Tsarki ba: wato, dattawa ma fastoci ne.

DATTIJO = FASTO

A wani wuri a kan hanya, mun bambanta fastoci da dattawa, masu hidima da ake biya daga masu aikin kula da ba a biya. Amma Sabon Alkawari bai bambanta ba.

28

Amma me ake nufi da fasto? Kalmar Helenanci *poimen*, wadda muka fassara ta da "fasto," ma'ana "makiyayi." *Poimen* na iya nufin makiyayi na zahiri, kamar wadanda ke kiwo a cikin labarin Kirsimeti na Luka. Amma, sau da yawa *poimen* na nufin Yesu, Makiyayinmu Mai Kyau. Akwai kuma kalmar aikatau mai alaƙa, wato *poimaino*, wacce ke nufin "kiwo" ko "kula da garke." Saboda haka, fasto makiyayi ne, aikin fasto kuma na nufin kula da garke. Ba mamaki, kalmarmu ta Turanci fasto ta fito daga kalmar Latin *fasto*, wacce ke nufin . . . makiyayi!

Wannan bangare yana da mahimmanci: Sabon Alkawari ya yi amfani da wadannan nau'ikan suna da na aikatau "makiyayi," da kuma babban ra'ayin kula da garke, domin bayyana *dattawa da aikinsu*. Ka duba wadannan ayoyi, inda na yiwa wuraren da aka fassara *poimaino* da *poimen* zuwa Turanci sheda.

Bulus ya gargadi dattawan ikilisiya a Afisa:

Ku kula da kanku, da kuma duk garken da Ruhu Mai Tsarki ya sa ku ku zama masu kula da shi, kuna *kiwon* Ikkilisiyar Allah wadda ya sama wa kansa da jininsa. (Ayyukan Manzanni 20:28)

Hakazalika, Bitrus ya rubuta cewa:

Don haka, ku dattawan ikkilisiya da suke cikinku, ni da nike dattijon ikkilisiya, dan'uwanku, mashaidin shan wuyar Almasihu, mai samun rabo kuma a cikin daukakar da za a bayyana, ina yi muku gargadi, ku yi *kiwon* garken Al-

29

lah da yake tare da ku, ba a kan tilas ba, sai dai a kan yar-
da, ba ma don neman ribar banza ba, sai dai da himma.
Kada ku nuna wa wadanda suke hannunku iko, sai dai ku
zama abin koyi ga garken nan. Sa'ad da kuma Sarkin
Makiyaya ya bayyana, za ku sami kambin daukaka marar
dusashewa. (1 Bitrus 5:1–4)

Kalmomin Bitrus suna kama da abin da Yesu ya gaya masa
bayan tashinsa daga matattu: "Ka yi kiwon 'ya'yan tumakina." da
kuma "Ka *kiyaye* tumakina." (Yahaya 21:15, 16).

Game da ma'aikatan da Yesu ya bada a matsayin kyauta ga
ikilisiyarsa fa? Bulus ya ambata manzanni, annabawa, masu
wa'azin bishara, da kuma "*makiyaya* da masu koyarwa" (Afisawa
4:11). Harshen Helenanci ya bayyana sarai cewa Kalmar "fasto"
da "masu koyarwa" suna tafiya tare domin su kwatanta aiki ko
kuma matsayi daya. Saboda haka, fastoci, ko kuma makiyaya na
ikilisiya masu koyarwa ne. Kamar kuma yadda muka riga muka
gani, koyarwa ita ce aikin dattijon ikilisiya mafi mahimmanci.

KARSHEN ZANCE

Wani abokina wanda ya yi aiki a matsayin dattijo ya gaya mani
cewa, "Daya daga cikin abubuwa mafi wuya game da zama datti-
jo shine yarda cewa ni fasto ne na gaske." Amma Littafi Mai
Tsarki ya bayyana haka a fili. Idan kai dattijo ne a ikilisiyarka, kai
fasto ne na gaske, kamar dai yadda, faston da ake biya yake.

Watakila har yanzu kana da shakku. Shin babu bambanci
tsakanin mutane "na musamman" wadanda suke hidima a mat-

30

sayin fastoci kuma ake biyansu da "mutane kamar kowa" waɗanda suke yin wasu ayyuka amma suka ba da kansu a domin aiki a matsayin dattawa? Hakika, akwai bambanci. Misali, fastocin da ake biyan su albashi suna da ilimi na tauhidi sosai, suna da lokaci mai yawa a mako domin yin hidima, saboda haka kuma suna da ƙwarewa a aikin fasto, hidimar ikilisiya, da kuma koyarwa. Hakanan yana yiwuwa—ko da yake ba lallai ba ne—cewa fastocin da ake biya suna da baiwa mai ƙarfi a cikin aikin fasto ko wa'azi, wanda shine dalilin da ya sa ikilisiyoyi ke ɗaukar su aiki domin yin hidima ta dundundun.

Amma saboda kawai fasto da ake biya na iya samun zarafi, ilimi, ko baiwa, bai dace ba (ko kuma bisa ga Littafi Mai Tsarki) cewa dattijo bai kai matsayin fasto ba. Masu kashe gobara 'yan sa kai suna fuskantar hadarin wuta daidai da masu kashe gobara da ake biya, dattawa masu sa kai kuma suna fuskantar kalubale iri ɗaya na kiwo da fastoci ma'aikata. Dattawa na iya girmama fastoci a matsayin "na farko a tsakanin mutane,"[1] amma dattawan daidai suke da su.

KWATANCI MAI SAUYAWA

Bisa ga dukan waɗannan abubuwa, idan za mu taƙaita bayanin aikin dattijo, za mu iya cewa, "Ku yi kiwon garken." Idan zaka tuna abu daya daga wannan littafin, to, bari ya zama cewa dattawa fastoci ne /makiyaya, babban aikinsu kuma shi ne kula da mem-

---

[1]Domin bayani wanda zai taimaka akan wannan batun, duba Alexander Strauch, *Biblical Eldership: An Urgent Call to Restore Biblical Church Leadership* (Littleton, CO: Lewis and Roth, 1995), 45–50.

bobin ikilisiya kamar yadda makiyaya ke kula da tumakinsu. A taƙaice, dattawa mataimakan makiyaya ne da suke yi wa Makiyayi Mai Kyau hidima ta wajen jagorar tumakinsa.

To, me "kiwo" ya ƙunsa? Yaya yake a zahiri? Babi na gaba zai fayyace fannoni dabam dabam na kiwo. Za mu tattauna abubuwa kamar koyarwa, jagoranci, da kuma addu'a.

Amma kafin mu duba "yadda ake" aikin kiwo, muna bukatar mu bincika muhimman abubuwa biyu da misalin dattijo a matsayin makiyayi ya ƙunsa. Fahimtar cewa dattawa fastoci ne, ba kawai wakilai na kungiyoyi masu zaman kansu ba, zai iya kawo sauyi a hidimar dattawa a akalla manyan hanyoyi biyu.

KAYI ƘAMSHIN TUMAKI

Tasirin sauyi na farko na misalin dattawa a matsayin makiyaya shi ne cewa dattawa suna da *dangantaka da membobin ikilisiya*.

Ka ɗan dakata ka yi tunanin akan makiyayi na zahiri. Wataƙila ka taɓa ganin wani yana kiwo a karkara, ko a fili ko kuma a fim. Wataƙila ba ka taɓa ganin makiyayi ba amma ka karanta game da makiyaya a cikin Littafi Mai Tsarki sosai da za ka iya zana hotonsu a cikin zuciyarka. Me kake gani? Kana tunanin wani manomi da ke ƙasar Ireland yana kiwon garkensa a saura mai danyar ciyawa? Wataƙila ka yi tunanin wani makiyayi da ke sanye da mayafi yana kora ɗan rago cikin kogon dutse. Ko kuma watakila ka maimaita Zabura ta 23 kana kuma tunanin makiyayi yana sa tumakinsa su kwanta a cikin saura mai danyar ciyawa suna shan ruwa mai daɗi.

32

Ko da menene kowannenmu ya yi tunani, akwai abu ɗaya da ya yi daidai da hotunan da muke zana a zuciyarmu. Cikin dukansu, makiyayin yana *tare* da tumakin. Bai tafi wani wuri ba. Yana tafiya a tsakiyar dabbobin, yana taɓa su yana kuma magana da su. Ya san su domin yana zama tare da su. A sakamakon haka, har ƙamshin tumakin yake yi.

Watakila, maimakon ka yi tunanin makiyaya na zahiri, ka yi tunanin Yesu kawai. A cikin Litattafan Bishara, mun ga cewa Yesu ya kasance tare da mutane a koyaushe. Ban da lokatai da yake addu'a a ɓoye, kamar dai Yesu yana tare da almajiransa da kuma taron jama'a dukan rayuwarsa. Ya taɓa, ya koyar, ya kuma horar da mutane a duk inda ya je. Makiyayi Mai Kyau ba kawai yana ba da ransa ga tumakin ba, amma ya kammala rayuwarsa tare da su.

Kamar yadda makiyaya na zahiri suke zaune a cikin garkensu suka kuma san tumakin su, kamar kuma yadda Yesu ya ba da kansa cikin dangantaka da almajiransa, haka dattawa suke sadaukar da lokutan rayuwarsu ga membobin ikilisiya. Suna ɗaukan mutane a matsayin hidimarsu. Babukan dake gaba sun tattauna bangarori dabam dabam na aikin dattijon ikilisiya, amma duka sun bayyana cewa dattawa suna da dangantaka ta kusa da 'yan'uwansu maza da mata.

Bari mu ɗauki misali ɗaya a yanzu: yiwa baƙi alheri. Kamar yadda muka gani a babin daya gabata, duka ƙa'idodin zama mai aikin kula da Bulus ya ambata suna bukatar mutum ya zama mai yiwa baƙi alheri. (1 Tim. 3:2; Titus 1:8). Me ya sa aka jaddada wannan batu na yiwa baƙi alheri? Yiwa baƙi alheri ba kawai yana nuna zuciya mai karimci da kuma hali na bawa ba, amma yana nuna cewa mai burin zama mai aikin kula yana so ya kasance tare da mutane yana kuma neman hanyoyin da zai marabci mutane zuwa cikin rayuwarsa. Mutum mai yiwa baki alheri zai so ya ka- sance tare da mutane idan ikilisiya ta naɗa shi dattijo.

Sabanin haka, masu aikin kula da suke aiki a matsayin dat- tawa-a-matsayin-amintattu ba sa bukatar su kasance cikin mutane. Za su iya halartar tarurruka na wata-wata, shiga cikin muhawarar kwamiti, jefa kuri'a, sannan su koma gida tare da jin cewa sun cika ayyukansu. Yayin da wannan tsarin ya zama kan gaba, dat- tawa ba sa bukatar gwagwarmayar neman abin da za su gaya wa memba wanda ya ke fama har tsawon watanni goma sha huɗu na rashin aiki, ko ɗan'uwa da ke yaƙi da jaraba ta shan miyagun kwayoyi, ko kuma ga 'yar'uwa da ta shiga cikin dangantaka ta gaske da wani wanda ba mai bi ba kuma take ganin hakan daidai ne. Suna tunanin cewa, "Ai mun yi hayar fasto domin magance wadannan matsaloli?"

Wataƙila kun kira fasto da irin wannan tunanin. Amma idan kai dattijo ne, lokaci ya yi da za ka shiga cikin garken tare da ma'aikatan da ake biya ka kuma fara wasu ayyuka, ka yi kiwon kai da kanka.

MUTUMIN DA BAI DACE DA AIKIN BA!

Irin wannan aiki na mutane yana rasana ka?

Wataƙila kana tunani cewa: "Ba ni da baiwar tarayya da mu- tane. Na fi dacewa da lambobi ko kwamfutoci ko kayan aiki na lantarki. Ni mutum ne wanda baya son magana. Na yi gwajin halayya wanda ya tabbatar da hakan. A gaskiya, ni mutum ne na dabam."

Ba lalle sai ka kasance mai yawan magana ko kuma mai raha ba kamin ka iya kasancewa da mambobinka. Kawai kana bukatar ka ƙaunace su. Ka ɗauki mataki kamin lokacin sujada ka soma tattaunawa da wannan tsohuwar gwauruwar mara son magana, ka gayyaci ma'aurata da suke fama da rashin jituwa zuwa gidanka don ku ci abinci tare, ko kuma ka soma nazarin Littafi Mai Tsarki kuma ka gayyaci wadanda ba ku da dangantaka sosai. Mutane sukan fahimci ƙauna ta gaskiya da kuma lura sa'ad da suka gan su, ko da an nuna su a hanyar da ba ta dace ba. Ƙauna tana shawo kan dukan matsaloli.

Wataƙila kana da wata shakka idan ya zo ga hidimar fasto tsakanin membobi. Wataƙila kana tsoron shiga cikin matsalolin mutane ka kuma sa abubuwa su yi tsanani wajen ƙoƙarinka na ba da taimako. Ba ka da digiri na ba da shawara ko horo na makarantar tauhidi. Wanene kai da za ka fara aiki irin na fasto?

Ba wai ina nufin duk wanda yake son zama dattijo ne ya cancanta ba. Abin da nake nufi shine bai kamata mutanen da suka cancanta su hana kansu ba saboda tsoron cewa ba za su iya magance matsalolin rayuwar mutane ba.

Ga wasu 'yan abubuwa game da kula da mutanen da suke fuskantar manyan matsaloli:

- Allah ya kafa dattawa bisa ga Kalmarsa ya kuma san abin da yake yi.
- Yesu zai iya yin aiki ta wurinka.

- Aikin kula asali ba domin magance matsalolin mutane ba ne (ƙarin bayani a kan wannan zai biyo baya).
- Wataƙila kana da hikima ta Littafi Mai Tsarki da za ka iya gaya wa mutane fiye da yadda kake tsammani.
- A koyaushe za ka iya neman taimako, daga Yesu da kuma wasu mutane.

KAWO SAUYI SANNU A HANKALI

Shekaru talatin da suka gabata, ikilisiyar Baptist da nake hidima ta kira wani ɗan Presbyterian domin ya zama babban fasto. Ya kasance ƙwararren mai bayyana nassi wanda ya rinjayo babban taron jama'a ya kuma ribato rayuka da yawa ta wurin bishara. Amma ya sake yin wani abu wanda ya ci gaba da zama alheri ga ikilisiyarmu shekaru bayan tafiyarsa: ya jagoranci ikilisiyarmu ta yi amfani da tsarin dattawa na shugabanci.

A lokacin da na zo ikilisiyar, an riga an naɗa dattawa fiye da shekaru goma. Amma yayin da muka ci gaba da nazari akan zama dattijo a ckin Littafi Mai Tsarki sosai, ya zama a bayyane cewa mu dattawa mun kauce hanya. Mun bata yawancin ƙarfinmu muna aiki kamar amintattun ƙungiya ba kiwon mutane ba. Da sannu sannu muka mai da hankali ga aikin kiwo. Har yanzu muna da tarurrukanmu na wata-wata muna kuma yin abubuwa irin na amintattu. Bayan haka, wannan wani ɓangare ne na aikin dattijo da kuma rayuwar ikilisiya. Amma kuma mun yi ƙoƙari mu ba da ƙarin lokaci ga membobin ikilisiya.

Misali, fiye da shekara guda da ta gabata, mun rarraba jerin sunayen mambobin ikilisiyarmu tsakanin dattawa sa'an nan muka yi kudurin kai wa kowane memba da ke cikin jerin sunayen ziyara aƙalla sau ɗaya a shekara. Ƙaramin mataki ne, kusan na gyara. Amma ko da yake ƙaramin mataki ya yi amfani kusan nan take. Membobin ikilisiyar ba godiya kawai suka nuna ba, amma sun yi aniyar bayyana wa dattawan dukan abin da ya shafi rayuwarsu. Dattawan sun ga cewa irin wannan aiki na hidimar fasto yana da wuya amma yana da amfani sosai. Ƙari ga haka, na sami sauƙi tunda na sami ƙarin mutane da za su taimaka wajen kula da ikilisiyar da take ci gaba da girma.

Har yanzu muna da babban aiki a gabanmu. Amma dattawanmu suna ƙara yin ƙanshin tumaki.

MENENE MANUFAR?

Bari mu maimaita abin da ya gabata: dattawa fastoci ne, ko kuma "makiyaya." Kwatancin makiyaya yana da tasiri ga hidimar dattijo. Na farko, yana nuna cewa aikin dattijo yana farawa ne daga dangantaka da membobin ikilisiya. Aikin dattijo ya fi ga mutane fiye da shirye-shirye.

Amma kwatancin makiyayi ba kawai yana gaya mana *inda* aikin dattijo yake ba ne—wato, a cikin dangantaka—amma yana gaya mana *dalili*. Me ya sa ya kamata dattawa su kasance tare da membobi? Menene suke ƙoƙarin cimma wa? Manufar ita ce su sa ikilisiyar ta zama kamar iyali?

Ga wani tasiri na sauyi na biyu na misalin kiwo: dattawa suna hidima da manufar *habaka membobin ikilisiya domin girma a matsayin Krista.*

Ka sake yin tunani akan makiyayinka. Ka yi tunanin yadda yake kula da tumakin kowace rana, yana ciyar da su, ya jagorance su zuwa kwari, ya kāre su daga dabbobin daji, ya kula da tunkiya da ta ji ciwo, ko kuma ya nemi tunkiya da ta ɓace. Me ya sa makiyayin ya ke yin waɗannan abubuwa? Menene manufar ko burin? Domin tunkiya ta girma. Makiyayin yana aiki tuƙuru kowace rana don ya samu tumaki masu ƙoshin lafiya da za su iya haifan 'ya'ya.

Shin dattawa ba su da irin wannan burin? Dattawa suna aiki tuƙuru a cikin dangantaka da membobin ikilisiya domin su taimake su yin girma cikin Yesu. Masu aikin kula suna koyarwa, suna addu'a, suna kuma aikin hidima domin 'yan'uwansu maza da mata su san Yesu sosai, su yi masa biyayya cikin aminci, su kuma nuna halayensa sosai, a matsayin su na daidaikun mutane da kuma a matsayin iyalin ikilisiya. Bugu da ƙari, masu bi dake da ƙoshin lafiya, da girma suna sake haifan kansu a ruhaniya yayin da suke wa'azin bishara ga wasu suke kuma taimakon wasu su zama cikakku cikin Almasihu.

Bulus ya ambaci girma a matsayin makasudin hidimar fasto:

Ya kuma yi wa waɗansu baiwa su zama manzanni, waɗan-su annabawa, waɗansu masu yin bishara, waɗansu makiyaya masu koyarwa, domin tsarkaka su samu, su iya aikin hidimar Ikkilisiya, domin a inganta jikin Almasihu, har mu duka mu riski haɗa kan nan na ban-gaskiya ga 'Dan Allah, da kuma saninsa, mu kai maƙamin

cikakken mutum, mu kuma kai ga matsayin nan na falalar
Almasihu. (Afisawa 4:11–13)

Sa'ad da dattawa suka yi aikinsu da kyau, 'yan'uwa masu bi ba
za su zama . . . "ƙananan yara" ba, amma za su "yi girma cikin
kowace, wato Almasihu shi da yake shugabanmu" (aya 14–15).
Ya kamata dattawa su bugi kirji tare da Bulus cewa, "Shi ne kuwa
muke sanarwa, muna yi wa kowane mutum gargaɗi, muna kuma
koya wa kowane mutum da matuƙar hikima, da nufin mu miƙa
kowane mutum cikakke a cikin Almasihu" (Kol. 1:28).

SARRAFA INJIN

Ka sake gwada wannan tunanin na makiyaya da misalin dattijo-a-
mastayin amintacce. Sa'ad da dattawa suka ɗauki kansu a mat-
sayin 'yan kwamitin amintattu, zasu dauka cewa manufarsu ita ce
su jagoranci ayyukan ikilisiya. "Nasara" zata zama iya sarrafa
harkokin kudi da kyau, kula da kadarori, da kuma daukar nauyin
shirye-shirye masu inganci. Dattawa a matsayin amintattu sukan
jaddada sarrafa injin fiye da girman membobi.

Mun riga mun lura cewa tsarin gudanarwar ikilisiya—kasafin
kudi, tsare-tsare, shirye-shirye, kayan aiki, ma'aikata—suna da
mahimmanci. Gudanarwa mai kyau hidima ce da kuma baiwa ta
ruhaniya mai zaman kanta da ke yi wa dukan ikilisiya aiki da
kuma 'yantar da dattawa domin kiwon tumaki. Iya gudanarwa ta
karfafa Musa a cikin Tsohon Alkawari da manzanni a cikin Sabon
Alkawari domin cika kiransu, mutanen Allah kuma sun sami al-
barka a sakamakon haka. (Fitowa 18:13–27; Ayyukan Manzanni

39

6:1–7). Har ma a matsayin makiyaya masu dangantaka, dattawan suna da cikakken alhakin kula da tsarin gudanarwa na ikilisiya.

Amma wannan shine mabudin: lalle ne kungiyar ta bauta wa 'yan kungiya a koyaushe. Shirye-shirye da matakai suna samar da kayan aiki domin cika aikin mika juna cikakku cikin Almasihu.

Abin da na sani shi ne cewa dattawa suna mai da hankali ga injin maimakon membobin, suna maida hankali akan danga maimakon 'ya'yan itace,[2] da tattaunawa sosai da kuma ƙoƙari wajen daidaita abubuwan da ake yi a cikin ikilisiya maimakon yin aiki tuƙuru domin gina mutane. Ba ni da cikakken tabbacin dalilin wannan. Wataƙila saboda shirye-shirye da manufofi abubuwa ne da ake gudanarwa waɗanda za a iya tsarawa da cimma su, yayin da aikin taimaka wa mutane su girma cikin Almasihu aiki ne mai wahala, mara makama, mara sauri kuma. A gaskiya, jagorancin mutane aiki ne da ba za mu taɓa cimma wa ba a wannan rayuwar ba za mu kuma iya sarrafawa ba.

Wajibi ne dattawa su yi yaki da zama masu gudanar da ƙungiya, amma maimakon haka su sa himma domin ganin ikilisiya ta girma cikin Yesu. Domin cimma wannan, a taron dattawanku na gaba, ka saka tambaya daya ko biyu cikin ajanda kamar waɗannan domin tattaunawa:

- A waɗanne hanyoyi ne ya zama wajibi jama'a su nuna daukakar Yesu? A waɗanne hanyoyi ne kuma ba za mu nuna ba?

---

[2]Duba Colin Marshall da Tony Payne, *The Trellis and the Vine: The Ministry Mind-Shift That Changes Everything* (Kingsford, NSW, Australia: Matthias Media, 2009).

- Shin akwai rikici a cikin ikilisiya wanda ba a magance ba da mu dattawa za mu yi ƙoƙari mu kawo sulhu?
- Mun san wani memba da ya dawwama cikin zunubi ko kuma ya daina shiga al'amuran ikilisiya? Wanene ke magana da su?
- Waɗanne littattafai na Littafi Mai Tsarki ko kuma koyarwar tauhidi ne membobinmu suke bukatar su yi nazarinsu a shekara mai zuwa? Me ya sa?
- Membobinmu sun san yadda za su yi wa'azin bishara kuma su almajirtar da wasu? Shin suna yin hakan?
- Mu ikilisiya ce da ke yin addu'a?

BADA RAGAMAR AIKIN GA WASU

Sa'ad da Yesu ya tafi sama, ya ba mabiyansa wannan umurni na ƙarshe:

Don haka sai ku je ku almajirtar da dukkan al'ummai, kuna yi musu baftisma da sunan Uba, da Ɗa, da Ruhu Mai Tsarki, kuna koya musu su kiyaye duk iyakar abin da na umarce ku. (Mat. 28:19–20)

Yesu ya gaya wa almajiransa su yi abin da ya yi tare da su shekaru da yawa da suka shige. Ya tattara almajiransa, ya ware su, ya kuma gina su ta wajen koya musu dokokinsa. Makiyayi Mai Kyau ba kawai ya ba da ransa ga waɗannan tumakin ba, amma ya zauna a cikinsu ya kuma canza su. Yesu ya samar da almajirai:

mutanen da suke ƙaunarsa, suna yi masa biyayya, suna kuma gaya wa wasu game da shi.

Yanzu Yesu yana aika waɗannan almajirai su almajirantar da wasu. Manzannin za su ɗauki alkyabbar Yesu na kiwo su jawo mabiyan Almasihu da yawa, su tattara su cikin ikilisiyoyi, su kuma taimake su yin girma ta wajen koyarwa.

Bayan da manzanni suka kafa ikilisiyoyi na almajirai, su ma suka ba da aikin kula da tumaki. Wa suka ba wannan aiki?

Dattawan ikilisiya!

3

ISAR DA SAKON KALMAR

Ina tsammanin dattawa sun yi mamaki.

Mun taru domin taron dattawa na shekara-shekara domin mu tattauna manufar shekara mai zuwa, da kuma waiwaye akan bayanin Littafi Mai Tsarki game da aikin masu kula. Sa'ad da batun koyarwa ya taso, na ƙalubalance su cewa: "A cikin shekarar nan, ina so dattawa biyu su yi wa'azi a lokacin sujadar safiyar Lahadi."

Ko da yake dattawa suna wa'azi a wasu tarurruka, ikilisiyarmu ta ware wa'azin safiyar Lahadi ga fastocin ikilisiya masu albashi. Wa'azin dattawa na lokutan gaggawa ne kawai. Shi ya sa bai zama da mamaki ba ganin yadda dattawan suka maida martini ga kalubalen cikin shakku.

Amma ba ƙoƙarin ba su tsoro nake yi ba. Ina so ne kawai in ja hankalinsu ga kiransu na Littafi Mai Tsarki na koyar da Kalma. Idan dattawa zasu yi kiwon tumakin Yesu, to, aikinsu mafi muhimmanci shi ne ciyar da rayukan membobin ikilisiya daga Nassosi. Idan ba tare da abinci ba, tumaki za su raunana su kuma mutu, idan kuma ba tare da koyarwar Littafi Mai Tsarki ba, Krista za su mutu da yunwa ta ruhaniya.

Wataƙila fiye da kowane aiki, koyarwa tana bambance dattawa a cikin ikilisiya. Mun tattauna a Babi na 1 cewa dattawa masu cancanta suna bukatar su iya koyarwa (1 Tim. 3:2). Yana da kyau a lura cewa cancantar da Bulus ya lissafa a 1 Timoti 3 ga dattawa da dikinoni suna kama da juna, sai dai bambanci daya: wajibi ne dattawa su kasance cikin shiri domin koyar da Kalma, yayin da dikinoni ba su da irin wannan nauyin. Dattawa da dikinoni suna bukatar su zama da halin Almasihu, amma dattawa ne kawai suke da nauyin nuna kwarewa wajen bayyana Littafi Mai Tsarki da kuma yin amfani da shi.

A Babi na 2, mun tattauna a kan gaskiyar cewa dattawa fastoci ne, ko kuma makiyaya. Lokacin da Bulus ya lissafa ofisoshi daban-daban da Yesu ya baiwa ikilisiya, ya haɗa aikin makiyayi da koyarwa: "Ya kuma yi wa waɗansu baiwa su zama manzanni, waɗansu annabawa, waɗansu masu yin bishara, waɗansu makiyaya masu koyarwa, (Afisawa 4:11).

Ka yi la'akari da abubuwa biyu. Na farko, duka waɗannan masu hidima suna sanar da Kalmar Allah. Manzannin su ne shaidun gani da ido da suka sanar suka kuma rubuta kalmomin Yesu da ayyukansa. Annabawa suna isar da saƙo kai tsaye daga wurin Ubangiji. Masu wa'azin bishara suna shelar bishara. Hakazalika, fastoci suna koyarwa a ikilisiya. Wannan ya kai mu ga abin la'akari na biyu: Kalmomin makiyayi da malami a aya ta 11 suna da alaƙa da juna. A Helenanci, kalma ɗaya ce take wakiltar kalmomin biyu, da ke nuna cewa kalmomin biyu suna goyon bayan juna. Saboda haka, "fastoci da malamai" ba sa nufin ayyuka iri biyu amma ɗaya, wato, na "fasto-malami."

ALLAH YANA MULKI TA WURIN KALMARSA

Ganin cewa Allah yana bukatar dattawa su koyar da jama'arsa bai kamata ya zama abin mamaki ba. Allah yana mulkin jama'arsa ta wurin Kalmarsa, saboda haka wadanda suke shugabantar mutanen Allah a kullum suna da alhakin isar da sakon Kalmar Allah.

Allah ya fadi alkawuransa ga Ibrahim, Ishaku, da Yakubu, waɗanda suka sa zuriyarsu ta dogara ga waɗannan alkawura suka kuma yi wa Allah biyayya. Allah ya ba da kalmomin alkawarin ga Musa, wanda ya koya su ga Isra'ila (M.Sh 4:1). Musa ya umarci ubanni a Isra'ila su yi kiwon 'ya'yansu ta wajen koya musu Dokokin (M.Sh 4:9; 6:4–25), umarnin da aka maimaita ga iyaye masu bi a cikin ikilisiya (Afisawa 6:4). Firistoci a Isra'ila ba hadayu kawai suke miƙawa ba, amma suna koya wa mutane dokokin Allah (L.Fir 10:10–11; 2 Tar. 15:3; 17:7–9). Allah ya shiryar ya kuma yi wa mutanensa jagora ta wurin aiko da annabawa waɗanda suka sanar da cewa, "In ji Ubangiji." Har sarkin Isra'ila ma yana bukatar ya rika nazarin Dokokin Allah sosai (M.Sh. 17:18–20).

Sai kuma ga Yesu. Makiyayinmu Mai Kyau shine babban mai wa'azi na farko. Da ya ga taron jama'a, sai "ya ji tausayinsu, domin suna kama da tumakin da ba su da makiyayi." Me kuma ya yi domin ya biya bukatarsu ta makiyayi? "Ya fara koya musu abubuwa da yawa" (Markus 6:34). Litattafan bishara huɗu suna cike da misalai, fassara, gargaɗi, da kuma zance na Yesu. Yesu shine Kalmar da ta zama mutum (Yahaya 1:1, 14), wanda ya cika dukkan kalmomin Tsohon Alkawari (Mat. 5:17; Luka 24:25–27, 44–47) ya kuma isar da sakon Kalmar Allah a cikin hidimarsa.

Bayan Yesu ya tashi daga matattu, ya ci gaba da yin koyarwa da kuma yin wa'azi ga almajiransa (Mat. 28:19–20). Kamar yadda koyarwar Yesu ta cika Litattafan Bishara, haka ma koyarwar manzanni ta cika Ayyukan Manzanni da wasiƙu. Kamar kuma yadda manzannin suka almajirantas ta wurin wa'azin su suka

45

kuma tattara waɗannan almajirai a cikin ikilisiyoyi, sun naɗa dattawa a kowace ikilisiya sun kuma ba su nauyin yin koyarwar manzanci (Ayyukan Manzanni 14:23).

Ka ɗauki lokaci ka yi mamakin wannan. Yesu yana da rai. Yana mulki a sama yana kuma sarauta akan ikilisiyarku. Yana kuma amfani da wannan iko na sarauta a cikin ikilisiyarku ta wurin Nassosi. Masu bin Yesu suna yi masa biyayya ta wajen yin biyayya ga waɗannan Nassosi. Saboda haka, idan kai dattijon ikilisiya ne, sa'ad da ka koyar da Kalmar da aminci, Yesu yana yi wa jama'a wa'azi ta wurin koyarwarka.

SA HANNU CIKIN HIDIMAR KOYARWA

Me hakan yake nufi ga dattawa? Menene tasirin bayyana aikin dattijo? Na gaskata cewa akwai guda biyu. Na farko ya kamata ya zama a bayyane: wajibi ne dattawa su *sa hannu* a hidimar koyarwa ta ikilisiya. Idan kai dattijo ne, kana bukatar ka sa kai wajen bayyana Littafi Mai Tsarki.

Duk da haka, dattawa sukan gujewa aikin koyarwa. Har ma dattawa da suka ƙware wajen koyar da Kalmar Allah suna jinkiri. Akwai dalilai da yawa da yasa hakan yake faruwa, amma ɗaya daga cikinsu shi ne jin cewa ba mu isa ba. Dattawa sukan kwatanta iyawarsu, ƙwarewa wajen koyarwa, da kuma horo na tauhidi da na fastocinsu masu albashi, wani lokaci kuma sanyin gwiwa yana biyo baya. Suna tunanin cewa, "Me zai sa membobin ikilisiya su yi marmarin sauraro daga dan koyo kamar ni yayin da muke da ƙwararru a cikin ma'aikata?" Bugu da ƙari, masu aikin kula yawancin lokuta suna aiki na dogon lokaci a waje wanda yasa

46

basu ba su da isasshen lokaci na shirya darasi. Wanene zai so ya ciyar da tumakin da abincin da bai nuna na?

Amma idan kai dattijo ne, kai mai koyarwa ne. Don haka kada ka bari wannan tsoro da damuwa su hana ka aikin koyarwa. Maimakon haka, ka zama da kwarin gwiwa ka kuma cika kiranka da iyakar iyawarka da kuma dukan abin da kake da shi.

Ka kasance da karfin gwiwa domin akwai wurare da dama da za a iya yin koyarwa. Ba'a iyakance ta ga wa'azin safiyar Lahadi ba. Dattawa za su iya ciyar da garken a manyan taron jama'a ko kuma a wurin da ba mutane da yawa. Zaka iya buɗe Littafi Mai Tsarki domin aji na makarantar Lahadi, ƙungiyar gida, Makarantar Littafi Mai Tsarki a Lokacin Hutu don yara, ko kuma koyarwa tsakanin mutum da mutum. Ka nemi inda akwai bukatar koyarwa duk inda yake a cikin ikilisiya ka kuma sa kai domin taimakawa.

A ikilisiyarmu akwai wasu 'yan kasar Kambodiya. Tsakanin shekarun 1981 da 1982, wasu daga cikin mambobinmu sun dauki nauyinsu domin su zo Amurka a lokacin rikicin 'yan gudun hijirar Kambodia. Da yawa daga cikin waɗannan 'yan gudun hijira sun zama masu bi da kuma membobin ikilisiya. Suna da aji na makarantar Lahadi da ake koyarwa a harshen Khmer, yaren Kambodiya. Na yi farin cikin ganin yadda dattawa suke koyar da wannan ajin ta wurin mai fassara. Dattawa sun ga bukata sun kuma ƙetare shingen al'adu da na yare domin su ciyar da garken.

Ka kuma kasance da karfin gwiwa ganin cewa baiwar koyarwa tana zuwa da ƙarfi da kuma abubuwa dabam dabam. Idan ba za ka iya jan hankalin babban taron jama'a na tsawon minti arba'in da biyar ba, wannan ba yana nufin cewa ka yi watsi da ki-

47

ranka na koyarwa. Ka daina yin kwatanci marar amfani ka yi tu-
nani a kan yadda za ka yi amfani da baiwar da Allah ya ba ka,
abubuwan da ka shaida a rayuwa, da kuma iyawar da Allah ya
baka.

Michael, memba ne a ikilisiyata, yana da zuciyar tausayi ga
mutanen da suka azabtu tsawon shekaru cikin jaraba ta bautar
zunubi, musamman domin Yesu ya cece shi daga laifi da kuma
ikon jaraba. Saboda haka, ya soma nazarin Littafi Mai Tsarki da
mutane da suke cikin irin wannan matsala. Wannan shi ne abin da
ya faru: nazarin Littafi Mai Tsarki. Michael bai yi amfani da
tsarin karatun boko na sauya hali ba. Ya koyar da Littafi Mai
Tsarki ne kawai. Amma abin da ya fuskanta a rayuwa da kuma
tausayinsa ya sa ya yi magana da mutane da suke fama da jaraba a
wata hanya dabam da yadda nakan yi a wa'azin Lahadi na yau da
kullum. Michael ba dattijo ba ne, amma misalinsa ya nuna yadda
Allah yake amfani da abubuwan da muka fuskanta a rayuwa
domin ya koyar da Kalmarsa.

A ƙarshe, ka kasance da ƙarfin gwiwa cewa masu koyar da
Littafi Mai Tsarki za su iya samun ci gaba. Ya kamata kowane
mai koyarwa ya bi umarnin Bulus ga Timoti:

Kafin in zo, ka lazamci karanta wa mutane Littattafai, da
yin gargaɗi, da kuma koyarwa. Kada ka shagala da baiwar
da aka yi maka, wadda aka ba ka ta wurin annabci, sa'ad
da dattawan ikkilisiya suka ɗora maka hannu. Ka himman-
tu ga waɗannan abubuwa, ka kuma lazamce su ƙwarai,
don kowa yă ga ci gaban da kake yi (1 Tim. 4:13–15)

Allah yana kiran masu koyarwa su nuna ci gaba, ba kamilta ba. Kada ka gwada kanka da wasu malamai; maimakon haka, ka gwada koyarwarka da yadda take a bara ko shekaru biyar da suka gabata ka kuma gano inda za ka iya samun ci gaba. Muna samun ci gaba sa'ad da muka "yi waɗannan abubuwa" (wato, "karata wa mutane Litattafai, yin gargaɗi, da kuma koyarwa") da kuma sa'ad da muka "ba da kanmu a gare su."

Saboda haka, ka yi amfani da zarafi ka koyar. Ka iza kanka. Idan kana da mutane da suke da horarwa a ilimin tauhidi a ikilisiyarka, ka tambaye su su ba ka shawarwari akan littattafai da za su taimake samun ingantuwa. Ka kuma bukaci wasu malamai da dattawa su saurari darussanka su fadi ra'ayinsu.

Idan fastonka ya tambaye ka ko zaka yi wa'azi a sujadar ranar Lahadi, ka ɗauki kasada ka ce, "I"!

KA KĀRE KOYARWAR

Akwai kuma wani fanni na aikin koyarwar dattijon ikilisiya. Mai aikin kula ba kawai koyarwa yake yi ba, amma wajibi ne ya kāre ikilisiyar daga koyarwar ƙarya. Dole ne ya taka rawar gani wajen kai farmaki da kuma kare koyarwar, "mai riƙe da tabbatacciyar maganar nan kankan, daidai yadda aka koya masa, domin yă iya ƙarfafa wa waɗansu zuciya da sahihiyar koyarwa, ya kuma ƙaryata waɗanda suka yi musunta" (Titus 1:9).

Namomin jeji suna farautar tumaki. Kamar yadda makiyaya suke korar zakuna da kyarketai, wajibi ne dattawa su kori malaman ƙarya. Bulus ya gargaɗi dattawan Afisa cewa:

Na sani bayan tashina waɗansu mugayen kyarketai za su shigo a cikinku, ba kuwa za su ji tausayin garken ba. Har ma a cikinku waɗansu mutane za su taso, suna maganganun da ba sa kan hanya, don su jawo masu bi gare su. Saboda haka sai ku zauna a faɗake, ku tuna, shekara uku ke nan ba dare ba rana, ban fasa yi wa kowa gargaɗi ba, har da hawaye. (Ayyukan Mazanni 20:29–31).

Dabarun Zama A Faɗake
Tsayayya da koyarwar ƙarya na bukatar zama a faɗake. Dattawa suna bukatar su kasance a faɗake daga mutane ko kuma ra'ayoyi da za su iya gurɓata bishara ko kuma su murɗa Littafi Mai Tsarki. Ga abubuwa uku da za ka yi domin kāre garkenka:

Kasan Muhallin Ka
Ka fara da nazarin ruhaniyar inda kake rayuwa. Ka san irin koyarwa, falsafa, da kuma addinai da dake tsakanin al'ummarka. Mutanenka suna yawan hulɗa da sauran manyan addinai? Akwai wasu kungiyoyin asiri da suke da ƙarfi a garinku? Ka kasance a faɗake da koyarwa ta waɗannan kungiyoyi, musamman inda suka saɓa wa bishara da gaskiyar Littafi Mai Tsarki.

Game da "ra'ayoyi" fa? Shin ra'ayoyin duniya, son kai, ra'ayin kai, ko kuma ra'ayi na ɗabi'a ya shafi yadda mutane suke tunani a inda kake rayuwa? Mutanen gari da ke zuwa ikilisiyarku za su shigo da waɗannan ra'ayoyi na daban su kuma rika gudanar da al'amuransu a cikin ikilisiya bisa ga waɗannan "ra'ayoyi" ba tare da ma sun sani ba. Ka tabbata ka yi la'akari da waɗannan ra'ay-oyin a koyarwarka da kuma tattaunawar da kake yi.

Ka kasance a faɗake musamman ga karkatar da bishara da ke aiki a cikin ikilisiyoyin da ke kewaye da kai, ko ma a cikin ikilisi-yarka. Wannan na iya zama komai daga bisharar neman wadata zuwa buɗeɗɗen tauhidi zuwa bin dokoki zuwa sassaucin ra'ayin tauhidi. Shin mutane masu kwarjini a yankin suna jawo mabiyan-su ga koyarwar ƙarya ko kuma koyarwa da ba ta da muhimmanci? Dukan waɗannan koyarwa za su iya lahanta tumakinka.

Ka Kula da Ka'dodin Zama Memba
Yayin da kake la'akari da yankinka, kada ka manta ka duba ƙofar shiga ta garken tumakin. Wanene ke hada hannu da ikilisiyarka? Sabobin membobi sun san abin da ikilisiyarku ke koyarwa? Sun amince da shi? Ka tabbata?

Ka'idodin zama memba suna da muhimmanci wajen kāre ikil-isiyarku daga koyarwar ƙarya. Ya kamata waɗanda suke da niyar hada hannu da ikilisiyarku su san abin da ikilisiyarku ta gaskata kafin su shiga. Ni da dattawa na a cikin shekaru mun fahimci cewa wasu daga cikin bambance-bambanenmu na koyarwa suna haifar da damuwa ga wasu mutanen fiye da wasu. Waɗannan bambance-bambance sun haɗa da baftismar mai bi, tsari na tauhidi, da kuma aikin dattawa ga maza. Domin haka muke tattauna wadannan ra'ay-oyi masu rikitarwa tun da wuri a cikin ajin zama memba. Idan wani a cikin ajin ya janye daga zama memba ya bar ikilisiyar saboda waɗannan ra'ayoyi, ya zama cewa mun yi masa adalci.

51

Kana kuma bukatar ka san abin da waɗanda suke da niyar zama memba suka yi imani da shi. Ka yi tunanin ganawa tsakanin dattawa da waɗanda suke so su zama membobin ikilisiya. Ku tambayi mutane kai tsaye ko sun fahimci matsayin koyarwar ikilisiyar sun kuma amince da su. Wasu ikilisiyoyin ma sukan bukaci sababbin membobi su sa hannu a takardar koyarwar ikilisiyar domin su tabbatar da abin da ikilisiyar ta yarda da shi.

Bai kamata ace sai na faɗa ba, amma bari in faɗe shi duk da haka: kada ku taɓa ba waɗanda ba cikakkun membobi ba izinin koyarwa a cikin zumuntar ku.

Ka Binciki Hidimarka

Ka san abin da ake koyarwa a ikilisiyarka? Yi amfani da matsayinka na dattijo ka shiga cikin tattaunawar matasa ko kuma ka zauna a baya a taron mata. Ka taimaka sau da ko biyu a makarantar Lahadi. Wane irin abinci na ruhaniya mutanenka suke samu? Shin bishara ce ta matakin farko ko kuma rubabben tauhidi? Ka saurari waƙoƙi na ikilisiya da kunne na fahimta. Waɗanne saƙonni ne waƙoƙin suke koyarwa game da Allah, bishara, ko kuma ceto? Shin waƙoƙin suna goyon bayan koyarwarku ne ko kuma suna saɓa mata?

Ka kai binciken har zuwa matakin kasa. Zama makiyayi mai kyau yana faruwa ne sa'ad da dattawa suka mai da hankali ga mutane kansu. Me suke karantawa? Shin suna bin wasu malamai ne a Intane? Idan akwai littafin dake zagayawa tsakanin membobi a cikin ikilisiya, ya kamata kaima kaa karanta shi.

52

Idan ka sami shugaba na nazarin Littafi Mai Tsarki, malamin makarantar Lahadi, ko kuma mai iya magana yana ɓata sahihiyar koyarwa, ka yi masa magana kai tsaye. Kada ka bari halin da ake ciki ya kazanta. Ba zai gyaru don kansa ba. Manzannin sun nuna fushin su akan malaman ƙarya (2 Bit. 2; 2 Yahaya 7–11; Yahuza 5–11), Yesu kuma ya yi gargaɗi mai tsanani ga ikilisiyoyin da suka karɓe su (Wahayin Yahaya 2:14–16, 20–23).

Fahimtar Ainihin Abu
Wataƙila abu mafi muhimmanci da dattawa za su iya yi domin su kare kansu daga koyarwar ƙarya shi ne su san ainihin gaskiyar Littafi Mai Tsarki. Ta wajen "riƙe tabbatacciyar maganar nan kankan, daidai yadda aka koya masa," dattawa zasu iya "ƙaryata waɗanda suka yi musunta" (Titus 1:9). Masu rudi da mayaudara suna da yawa, amma gaskiyar daya ce. Idan ka san Littafi Mai Tsarki sosai, za ka iya gane koyarwar ƙarya.

Akwai wata ikilisiya wadda shugabanninta suka yi tunanin cewa faston su ya kauce daga bishara. Faston ya fi su wayo da ilimi, yana kuma iya kare matsayinsa daga Nassosi. Amma duk da iliminsa da iya magana, sabuwar koyarwar bata kwanta wa shugabannin ikilisiyar ba. Ba su dauke ta a matsayin sahihin saƙo da suka sani ba, ko da yake ba za su iya jayayya da faston ko ma su iya nuna daidai inda ya kauce hanya ba. Sun fuskanci faston, har ma daga karshe ya bar ikilisiyar.

Ba a buƙatar digiri na makarantar tauhidi domin kare koyarwar ikilisiya, amma akwai buƙatar ƙarfin hali da bangaskiya.

KA CI GABA DA KOYARWA

Wannan babin roƙo ne ga dattawa su sa hannu su kuma kāre sahi-hiyar koyarwa. Amma wataƙila kana yin hakan tuntuni. Hakika, za ka iya zama babban malami, wanda zai iya warware sarkakiyar tauhidi mai wuya ya kuma ɗaure malaman ƙarya masu wayo. Duk da haka, har yanzu akwai wata babbar matsala da ke fuskantar hidimarka ta koyarwa: za ka mutu.

Idan ka mutu, da yardar Allah, za ka bar Krista masu ilimi da yawa. Amma za ka bar ƙwararrun malamai su ci gaba da aikin? A taƙaice, shin ka ɗauki matakai domin ka horar da wasu? Wani ɓangare na koyarwar ikilisiya shine horar da wadanda zasu zama fastoci da malamai. Kamar yadda Bulus ya gaya wa Timoti: "Abin da ka ji a guna a gaban shaidu masu yawa kuwa, sai ka danƙa wa amintattun mutane, waɗanda su ma za su koya wa waɗansu" (2 Tim. 2:2).

Ka lura da wani mutum a cikin ikilisiya wanda zai yi kyau da zama malami ko kuma dattijo? Ka yi aniyar haɗuwa da shi a kai a kai domin karanta tauhidi ko kuma yin nazarin Littafi Mai Tsarki. Ko kuma ka ɗauke shi a matsayin ɗan koyo a nazarin Littafi Mai Tsarki na gida ko kuma a aji na makarantar Lahadi da kake ko-yarwa. Ka koya masa yadda kake shirya darasi, bari ya koyar, sa'an nan ka fadi ra'ayinka. Yi masa gyara ya sake maimaitawa.

KA YI ƊAMARA

Kevin ɗaya ne daga cikin dattawan da suka amince da ƙalubalena na yin wa'azi a ranar Lahadi. Ba da daɗewa ba bayan ya amince da aikin, ya gaya mini cewa yana jin wani nauyi dake karuwa a cikin zuciyarsa game da garin da yake da zama bai sani ba kuma ko Allah yana kiransa ne domin ya taimaka wajen kafa ikilisiya a can. Kevin malami ne a makarantar sakandare a garin yana kuma horar da 'yan wasan ƙwallon ƙafa. A zahiri ya san daruruwan mutane a cikin al'ummarsa. Mutum mafi dacewa domin taimaka wa wajen kafa ikilisiya a wurin! Tunanin cewa zai iya yin wa'azi a ranar Lahadi ya haifar da wannan babban mafarkin.

A yau, Kevin dalibi ne mai koyon wa'azi a ikilisiyarmu. Yana nazarin bayyana Littafi Mai Tsarki ta kafar intane wanda Simeon Trust ya shirya, tare da yin amfani da dama domin koyarwa da samun ra'ayoyi daga mutane. Ban san matakai na gaba ba ko kuma za a ci gaba da shirin kafa ikilisiya. Wannan duka a hannun Allah yake. Amma na ga dattijo yana cika kiransa na koyarwa, yana ci gaba, da kuma mafarki mai girma domin bishara.

4

GANO INDA 'BARAKAR TAKE

Wannan abu ne da ya zama ruwan dare a cikin ikilisiyoyi. Wani memban ikilisiya zai daina zuwa sujadar lahadi. Bayan wasu makonni, da 'yan watanni, kafin wani ya lura. Yana faruwa da sauƙi a manyan ikilisiyoyi, amma zai iya faruwa a ƙananan ikilisiyoyi ma.

Mutanen ikilisiyarmu suna kiran wannan al'amari da "faɗawa cikin ramuka." Suna faɗin abubuwa kamar: "Ka ga Sally a ikilisiya kwanan nan kuwa? Ina fata ba ta faɗa cikin ramuka ba." Amma wannan shine abin da ke faruwa a zahiri? Wannan ya yi daidai da faɗawa cikin ramuka? Irin wannan misalin yana kwatanta ikilisiya da gidan bishiya da ke nesa da ƙasa, wanda ke da manyan ramuka tsakanin katakai na daɓen kasa. A wasu lokatai idan memba bai maida hankali ba, zai iya jefa kafa cikin rami, ya kuma faɗa nan take. Da gaske ne cewa mutane suna barin ikilisiya farat ɗaya, ba kuma tare da mutane sun lura ba?

Me zai faru idan, maimakon "faɗawa cikin ramuka" muka yi amfani da wani kwatanci daban: "Fita daga garke." Wannan kwatancin ya yi daidai domin dalilai biyu. Na farko, "Fita" na nuna cewa memba na ikilisiya wanda yake shi kadai yana da alhakin kasancewa tare da ikilisiya. Tumaki ba sa barin garke ta wa-

57

jen faɗawa cikin rami da gangan. Sukan yi ta yawo na tsawon lokaci tare da shawarwari da yawa.

Na biyu, kwatancin tunkiyar da ta ɓace na nuna cewa akwai wanda ya kamata ya ci gaba da kula da garken ya kuma ɗauki mataki sa'ad da tunkiya ta fara bijirewa. Hakika, kowane memba yana da hakkin kin yawo, amma duka membobin ikilisiya suna da hakkin kula da dan'uwansu. Amma, akwai wadanda suke da hakkin neman tumakin da suke kan hanyar ɓacewa, wato, dattawa.

ZAMA A FADAKE

A Babi na 3, mun ga cewa dattawa suna mai da hankali don kada "kyarketai" su shigo cikin ikilisiyoyi da koyarwar ƙarya. Bayan haka kuma, dattawa suna mai da hankali don kada waɗanda suke cikin ikilisiya su bijire daga garken da kuma Ubangiji. Wannan sashe ne na aikin makiyayi. Makiyaya suna ciyar da tumaki, suna kāre su daga masu farauta, suna kuma bin diddigin su.

Ka tuna lokacin da Yakubu ya ba da labarin faman da ya sha wajen kiwon garken Laban? Yakubu ya bayyana yadda ya sha wuya wajen kula da tumakin Laban da kuma yadda ya ba da lis-safin kowace dabba. A cikin korafinsa, mun sami haske game da makiyayi mai lura, mai mai da hankali:

Waɗannan shekaru ashirin da na yi tare da kai, tumakinka da awakinka ba su yi ɓari ba, ban kuwa ci ragunan garkenka ba. Wanda namomin jeji suka yayyaga ban kawo maka ba, ni da kaina na ɗauki hasararsu. Ka kuma nemi abin da aka sace da rana ko da dare daga hannuna. Abin da

58

na zama ke nan, da rana na sha zafin rana, da dare kuwa na sha sanyi, ga rashin barci. (Farawa 31:38–40)

Sabanin haka, Ezekiel ya yi annabci a kan shugabannin Isra'ila ta wurin tuhumar su da sakaci wajen kiwo: "Ku masu kiwon mutanen Isra'ila, ni Ubangiji Allah na ce, kaito, kaito, ku masu kiwon mutanen Isra'ila, kuna kiwon kanku kawai! Ashe, ba makiyaya ne suke kiwon tumaki ba?" (Ezek. 34:2). Ta wace hanya ce kuma suka kasa yin kiwon garken? "Ba ku . . . wadanda kuma suka yi makuwa ba ku komar da su ba, wadanda suka bace ba ku nemo su ba" (aya 4). Sakamakon haka, "Tumakina sun watse, suna yawo a kan dukan duwatsu da tuddai, sun warwatsu a duniya duka, ba wanda zai nemo su." (aya 6).

Duk da haka, Allah ya sanar cewa shi da kansa zai zo ya nemi tumakinsa da suka bace:

Ni Ubangiji Allah na ce, ni kaina zan nemi tumakina. Kamar yadda makiyayi yakan nemo tumakin da suka watse daga cikin garkensa, haka zan nemi tumakina. Zan cece su daga dukan wuraren da aka watsar da su a ranar gizagizai da bakin duhu. (Ezek. 34:11–12)

Saboda haka Allah ya zo cikin Yesu, ya tattara tumakin da suka bace cikin sabon garke. Yesu ya bayyana hidimarsa ga masu karbar haraji da masu zunubi ta wajen kwatanta kansa da makiyayi wanda ya bar tumaki casa'in da tara don neman daya da ya bata (Luka 15:1–7). Ya kira kansa makiyayi mai kyau wanda ba kawai ransa ya ba da ga tumaki ba, amma wanda zai kuma kawo "waɗansu tumakin", wato al'ummai (Yahaya 10:14–16).

A nan ne kuma dattawan ikilisiya suka shigo cikin zancen. Dattawa suna hidima a matsayin masu taimakawa Yesu, suna lura da garken da Yesu da bishararsa suka cece su suka kuma tattara su. Ana kiran dattawa masu "aikin kula." Suna kula da rayukanku, a matsayin waɗanda za su ba da lissafin aikinsu" (Ibr. 13:17). Wannan shi ne dalilin da ya sa iya kula da iyali ya kasance ɗaya daga cikin sharuddan zama dattijo (duba babi na 1). Iya tafiyar da iyali na bukatar kula da yara da kuma gudanar da iyali, haka ma shugabanci mai kyau na ikilisiya.

LISSAFIN WA ZA SU BADA?

Duka wadannan maganganu sun haifar da wata muhimmiyar tambaya: Su wanene takamaimai ya kamata dattawa su kula da su? Idan dattawa makiyaya ne da za su ba da lissafi kamar yadda Yakubu ya yi, to, wa za su ba da lissafinsa ga Allah? Babu shakka dattawan ikilisiya ba su da hakkin kula da kowane Krista a ko'ina. Saboda haka waɗanda suke membobin ikilisiyar da dattawan ke hidima ne kadai ya zama wajibi a gare su su kula da su. Ko ba haka ba?

To, wataƙila. Ko kuma akasin haka. Shin dattawa suna da hakki a ruhaniyance ga wanda ya taɓa zuwa ikilisiya sau ɗaya? Ko sau biyu? Sau nawa ya kamata mutum ya halarci sujada ta Lahadi kafin a ƙidaya shi "a hukumance" a matsayin wani ɓangare na garken da dattawa suke kula da shi? Idan mutum yana halartar nazarin Littafi Mai Tsarki na ikilisiya a kai a kai, amma ba ya halartar sujadar ikilisiya fa? Akwai wani banbanci ne idan mai zuwa ikilisiya a kai a kai mai bi ne ko marar bi?

Kamar dai kiwo bisa ga Littafi Mai Tsarki na bukatar wata hanya takamaimai ta bayyana garke. Dattawa suna bukatar su san bambanci tsakanin waɗanda suke da hakkin kula da su a matsayin makiyaya da kuma waɗanda za su yi mu'amulla da su a matsayin Krista. Wato, aikin dattawan ikilisiya na bukatar wani nau'i na membobin ikilisiya.

AIKIN DATTIJO DA KUMA ZAMA MEMBA

Kasancewa memba na ikilisiya yana da abubuwa biyu masu muhimmanci. Na farko, yana bayyana mutum a matsayin almajiran Yesu. Kasancewa memba na ikilisiya baya sa mutane su zama Krista, amma yana bayyana su a matsayin Krista daga waje. Yesu ya ba da iko ga ikilisiyoyi domin su "ɗaure" su kuma "warware" (Mat. 18:18), domin yiwa tumaki alama a matsayin tumaki ta wurin baftisma domin zama memba (28:18–20) da kuma cire alamar ta hanyar yanke zumunci (18:15–17). Domin neman zama memban ikilisiya, mutum zai gabatar da kansa ga ikilisiya ya ce, " Ni almajiri ne," ikilisiyar kuma ta ce, "E, mun yarda cewa kai almajiri ne!" (ko kuma, "A'a, ba mu yarda ba!"). Domin yanke zumunci, ikilisiya zata ce, "Zaka iya zama Krista na gaskiya, amma zunuban da ka ki kyalewa ba su bamu wani dalili na ci gaba da tabbatar da cewa kai almajiri ne ba."

Na biyu, zama memban ikilisiya ba kawai yana tantance mutane a matsayin Krista ba ne, amma yana *tattara* masu bi zuwa rukuni na musamman, inda suke sadaukar da kansu ga juna. Manzannin sun almajirantas ta wurin wa'azin bishara da baftisma da kuma tattara waɗannan almajirai cikin zumunta domin koya wa Krista su yi biyayya da umurnin Yesu. Sa'ad da manzanni suka tattara rukunin almajirai, sun naɗa dattawa su yi jagoranci su kuma koyar da kowace ikilisiya. Kamar yadda Bulus ya tunatar da abokin aikinsa Titus, "Wannan shi ya sa na bar ka a Karita, musamman domin ka ƙarasa daidaita al'amuran da suka saura, ka kuma kafa dattawan ikkilisiya a kowane gari" (Titus 1:5).

Ka ga yadda zama memba na ikilisiya ke sa aikin dattijo baki daya ya zama mai yiwuwa?

Ta wurin ganowa da kuma sanya alama ga almajiran Yesu, zama memba na ikilisiya yana ba da damar fasto-dattijo ya san cewa waɗannan tumakin, a zahiri, tumaki ne. Kuma ta wajen tattara almajirai zuwa cikin ikilisiya, zama memba na ikilisiya yana taimaka wa dattijo ya san waɗanne tumaki ne suke ƙarƙashin ku-lawarsa. Zai ba da lissafinsu ga Allah (Ibr. 13:17). Wannan ba yana nufin cewa dattijo ya zama da halin ko in kula ga wanda ba memba ba amma yana halartar sujadar ikilisiya. Amma yana nufin cewa dattijo yana da wani nauyi na bada lissafi ga mambobi fiye da waɗanda ba mambobi ba.

Kasancewa memba na ikilisiya yana kuma taimaka wa dukan ikilisiya su tuna cewa suna da hakki na kula wa ga juna. Dattawa ne ya kamata su zama a gaba-gaba wajen neman tumakin da suka bar garke, amma ba su kaɗai ba ne masu aikin kula. Zama memba yana nufin bada lissafin juna da kuma kula wa da dukkan jiki.

Shin ikilisiyarku tana ba da mahimmanci ga tsarin zama datti-jo bisa ga Littafi Mai Tsarki ko kuma tana kokarin amfani da dabarun zama dattijo na zamani? Ku tabbata kuna yin aiki a kan zama memba na ikilisiya a lokaci guda [1]. Kasancewa memba na ikilisiya yana haifar da manufa domin ingantaccen aiki na dattijo.

NAU'O'I GUDA BIYAR NA TUMAKI MASU BIJIREWA

A ce kai dattijo ne da ya fahimci batun. Ka fahimci cewa kiranka ya kunshi sa ido akan membobi da suka bijire. Ka kuma ɗauka cewa ikilisiyarku tana yin amfani da tsari na zama memba, don haka a zahiri ka san wanda ya kamata sa ido a kan shi. Sai me kuma? Ta yaya zaka sa ido? Menene takamaimai ya kamata ka sa ido akai?

Ga hanyoyi guda biyar da membobin ikilisiya suke bijire wa. Yayin da kake tarayya da 'yan'uwa a cikin ikilisiyarku kuma ka ji wani a cikin irin wannan yanayin, ka maida hankali: wannan ɗan'uwa ko 'yar'uwa zai iya zama ya riga ya dauki hanyar bijirewa.

Tumaki Masu Zunubi

Bari mu fara da yanayi mai sauƙi—ba lallai ba ne ya kasance da sauƙin magancewa, amma mai sauƙi ganewa ne. Idan ka gano cewa ɗaya daga cikin membobin ikilisiyarku yana aikata zunubi a fili, to lalle kana da tunkiya dake kan hanyar bijirewa, mai zunubi da take bukatar taimako.

Kowane memba na ikilisiya yana gwagwarmaya da zunubi, kamar yadda kowane dattijo yake yi. Yahaya ya rubuta cewa, "In mun ce ba mu da zunubi, ruɗin kanmu muke yi, gaskiya kuwa ba

[1] Domin kyakkyawar gabatarwa ga zama memban ikilisiya, duba Jonathan Leeman, *Church Membership: How the World Knows Who Represents Jesus* (Wheaton, IL: Crossway, 2012).

ta tare da mu" (1 Yahaya 1:8). Duk da haka, wasu zunubai sun fi wasu fitowa fili, a wasu lokatai kuma, membobi sukan daina gwagwarmaya su zabi rashin biyayya. Saboda haka, sa'ad da dattijo ya lura da wani zunubi wanda yake a bayyane aka kuma ci gaba da aikata shi, yana bukatar ya kasance da karfin gwiwa, ya dogara ga Ubangiji, ya fuskanci wannan memba mai zunubi kamar yadda Yesu ya koya mana (Mat. 18:15–17).

Wasu lokatai shiga cikin al'amarin yana da amfani. Na yi farin ciki sa'ad da na tuna lokacin da na ƙalubalanci wani memba da yake cikin zunubi, sai dai, duk da fargaba ta, Ubangiji cikin alherinsa ya sa mutumin ya tuba. Duk da haka, ba koyaushe wannan ke aiki ba. Na san wani dattijo wanda ya ƙuduri aniyar fuskantar wani memba da ya ɓace har ya ajiye motarsa a shagon wannan memba a lokacin cin abincin rana da begen cewa lalle zai fuskance shi. Abin baƙin ciki, wannan memba ya guje shi bai kuma tuba ko ya dawo ba.

Tumaki da Suke Yawo

Tumakin da suke yawo suna barin ikilisiya a hankali, wasu ayyuka ko muradai suna janye su. Wataƙila hakan yana faruwa ne ta dalilin yawan tafiye-tafiye, ko kuma ta dalilin zaɓin da bai dace ba game da wasanni na yara da ke janye iyalin daga sujada ta ranar Lahadi, ko kuma dalilin sayen babban gida da ke bukatar gyara da zai cinye duka lokacin ƙarshen mako. Wani lokaci memba mai kananan shekaru yakan tafi makaranta, ya ja baya, sa'an nan kuma ya kasa komawa ikilisiya ko ga Ubangiji. A wasu lokatai kuma, mutane suna ƙorafin cewa ba su dace da ikilisiya ba, saboda haka sai su daina zuwa.

Ko da menene yanayin, waɗannan membobi ba su kiyaye gargaɗin da ke cikin Ibraniyawa ba: "Mu kuma riƙa kula da juna, ta yarda za mu ta da juna a tsimi mu mu yi ƙauna da aika nagari. Kada mu bar yin taronmu, yadda waɗansu suke yi" (Ibr. 10:24– 25). Sun manta cewa zama memban ikilisiya na nufin yin tarayya a koyaushe da sauran membobi domin inganta "ƙauna da aika nagari." Wani zai iya cewa tumakin da suke yawo, waɗanda suka bar ikilisiya, ba su yi laifi ba. Amma a zahiri, irin waɗannan tumaki suna yin zunubi ne ta wajen ƙin bin wannan umurnin da ke cikin Nassi.

Dattawa, ku lura da waɗanda suke da ayyuka da yawa ku kuma tunasar da su cikin ƙauna cewa kada su ware kansu daga zumunta da sujada ta ikilisiya.

Tumaki Masu Rauni

Yesu bai yi mana alkawarin cewa ba za mu sha wahala ba. Ana korar Krista daga aikinsu, ana kin su, ciwon sukari na kama su, suna yin hatsari a kan hanya, ana kuma kai su kotu. Waɗanda suke da ƙwazo a dā sun tsufa ba sa iya fita. Wadannan mambobi masu shan wahala sune tumaki masu rauni wadanda ke cikin hatsarin barin su a baya saboda ba za su iya tafiya tare da garken ba. Suna bukatar wani ya jira domin ya yi tafiya tare da su. Matsaloli masu tsanani za su iya fin karfin tsarkaka su kuma kassara ikon su na ci gaba da kasancewa tare da ikilisiya. Idan Ayuba, mutumin da babu kamarsa wajen haƙuri da bangaskiya, yana da iyaka, haka ma mutanenka.

Sa'ad da ka fahimci cewa wani memba yana fuskantar babbar matsala a rayuwa, lokaci ya yi da za a shiga cikin al'amarinsa. Shin wannan ɗan'uwan ko 'yar'uwa suna samun taimako daga wasu membobi, kamar abokai ko kuma wadanda suke nazarin Littafi Mai Tsarki tare? Akwai wasu bukatu da dattawa za su iya magancewa? Shin labarin wahalar da ɗan'uwan yake sha ya shiga cikin addu'o'in ikilisiya? A matsayinmu na dattawa, sau da yawa za mu iya taimaka wa memba mai gwagwarmaya ta wurin faɗakarwa da kuma aiki tare da ikilisiya yayin da muke bada kanmu domin addu'a da kuma bada shawara.

Abin mamaki ne yadda mai taimakon raunanan tumaki yake maida hankali ga kowace matsala kome kankantar ta. Runguma da kuma addu'a a harabar ikilisiya bayan sujada, wasiƙar ƙarfafawa, ko kuma ziyara za ta iya ƙarfafa wanda yake cikin baƙin ciki ya ci gaba da jimrewa har zuwa wani watan. A makon da ya gabata, na tambayi wata mata a ikilisiyarmu game da mijinta. Yana da matsaloli masu tsanani na rashin lafiya da a wasu lokatai suke hana shi zuwa sujada. Wannan 'yar'uwar ta gaya mini game da yanayinsa, sa'an nan ta yaba wa ɗaya daga cikin dattawanmu da ya ba da lokacinsa domin ya ziyarce su. Wannan ziyarar ɗaya ta ƙarfafa bangaskiyarsu kuma ta ba su karfin jimrewa.

Kowane ɗan ƙaramin abu yana da muhimmanci. Kamar yadda Ubangiji sa mambobi masu rauni a cikin tunaninka, ka taimaka masu.

Tumaki Masu Gaba

Wataƙila ba za ka yarda da wannan ba, amma na koyi cewa akwai ikilisiyoyi da membobi suke gaba da juna. Hakika, wannan bai taɓa faruwa a ikilisiya ta ba, na kuma hakikance cewa membobinku ma ba sa yin faɗa da juna. Idan ikilisiyarku kamar tawa ce, duka membobin suna da ra'ayi ɗaya ta fuskar siyasa da kuma waƙoƙi na sujada, dukan kwamitoci suna magance matsaloli da kuma harkar kuɗi ta hanya ɗaya, babu kuma wanda yake yin laifi ga wani. Zaku iya fahimtar wannan?

Ni kaina ba zan iya ba. Hakika, idan aka yi la'akari da bambancin halaye da kuma al'adu tsakanin membobinmu, haɗi da halinmu na aikata zunubi, abin mamaki ne cewa muna da haɗin kai a ikilisiyarmu. Lalle wannan aikin Ruhu Mai Tsarki ne.

Sa'ad da membobi suka shiga gaba da juna, kamar yadda yake faruwa, akwai haɗari mai girma na bijirewa. Mutane zasu fara ɓacewa da sauri. "Bai kamata ikilisiya ta kasance kamar haka ba," in ji su. "Ba zan iya yin ibada ba saboda tashin hankalin da ke kaina. Zan bar wurin nan."

Akwai bukatar a ƙalubalanci membobin da suke rigima su yi sulhu domin ɗaukakar Allah da kuma bishara, amma wataƙila suna bukatar taimako domin su yi hakan. Har manzannin da suka manyanta suna bukatar mai shiga tsakani. Bulus ya yi sulhu tsakanin abokan aikinsa biyu: "Na gargaɗi Afodiya, na kuma gargaɗi Sintiki, su yi zaman lafiya da juna saboda su na Ubangiji ne" (Fil. 4:2). Sa'an nan ya roƙi ikilisiya ta kawo taimako: "Ya kai abokin bautata na hakika, ina roƙonka, ka taimaki matan nan, don sun yi fama tare da ni a al'amarin bishara" (aya 3).

Dattawa, kada ku kau da kai daga faɗa tsakanin membobi da begen cewa zasu sasanta kansu. Ba kasafai hakan ke faruwa ba. Za ka iya jin kamar ka yi watsi da al'amarin, domin kai mutum ne kamar kowa wanda ba ya son raba faɗa. Amma ka tuna da kalmomin Yesu: "Albarka tā tabbata ga masu ƙulla zumunci, domin za a ce da su 'ya'yan Allah" (Mat. 5:9). Ka riƙe wannan albarka. Ka gayyaci waɗanda suke faɗa ka tattauna da su ku ga abin da Allah zai yi. Ka tuna, burin dattijo shi ne tumaki su yi girma (duba babi na 2). Faɗa yana samar da babbar dama ga mutane su girma cikin Almasihu.

Tumaki Masu Cizo

Amma idan kuma akwai matsala tsakanin ka da membobi, a matsayin ka na makiyayi-dattijo fa? Idan tumaki suka cije ka sa'ad da kake ƙoƙarin kusantar ka fa? Ta yaya za ka kula da wanda yake ganin ka a matsayin dalilin da ya sa yake so ya tafi?

Amsar wannan tambaya za ta iya bambanta sosai bisa ga yanayi da kuma mutanen da suka yi wannan tambayar. Amma, ko da menene yanayin, ga abubuwa uku da ya kamata dattijo ya yi sa'ad da yake nazari:

- Ka roki wasu dattawan su taimake ka domin ka yi aiki tare da wanda yake cikin matsala. Kamar yadda za mu gani a babi na 6, wannan yana daya daga cikin dalilan da Allah ya ba da umurni cewa ya kamata a sami dattawa fiye da ɗaya a kowace ikilisiya, al'adar da muke kira "dattawa da yawa." Dattawa suna kula da juna, domin makiyayan suma tumaki

68

ne. Ka ƙasƙantar da kanka ta wurin miƙa kai ga kula cikin ƙauna da wasu dattawan. Idan ɗan'uwa ya yi laifi, bari sauran dattawan su kāre matsayinsa.

- Ka tsare zuciyarka daga kāre-kai, fushi, da kuma ƙyama. Sa'ad da ka tuntuɓi wasu dattawan, kada ku yi amfani da hakan a matsayin hujja domin juya aikin shugabancin. Ka yi ƙoƙari ka ci gaba da nuna ƙauna da tausayi ga waɗanda suke zaginka.
- Sa'ad da ka sadu da ɗan'uwa ko 'yar'uwa da ke cikin fushi, ka saurara sosai. Na lura cewa har masu ba ni haushi da kuma masu suka ta sukan fadi wani abu mai mahimmanci. Zai iya zama batu wanda ya wuce gona da iri, da aka furta a hanyoyi na rashin da'a da kuma zunubi. Amma duk da haka suna bayyana wani abu da nake bukatar in maida hankali a kai.

AIKIN KULA: KIRA DA YA DACE DA BISHARA

Neman 'yan'uwa da suka bata a irin wannan yanayin yana ɗaya daga cikin abubuwa mafi wuya da dattijo ba zai so ya yi ba. Kuna samun yabo da girmamawa daga ikilisiya sa'ad da kuka koyar da aji. Za ka yi farin ciki sosai sa'ad da ka yi addu'a a madadin 'yan'uwa da kuma sa'ad da ka yi hidima a matsayin dattijo a ikilisiya har kuka aiwatar da muhimman kudurori. Amma wane amfani za ka samu idan ka fuskanci mazinaci ko kuma ka sa baki a fadan da ya daɗe? Wanene kuma zai so ya zauna ya saurari ma'aurata masu fushi da ke bayyana yadda suke zaton kai da kuma ikilisiya kuka saba masu? Ashe ba mu kaji da wasan kwaikwayo a rayuwarmu ba? Me ya sa za ka shiga cikin matsalolin wani?

69

Ga dalili ɗaya: dattawa suna aikin bishara sa'ad da suke ne-
man waɗanda suka ɓace. Aikin kula da kuma neman ɓatattu aiki
ne da Yesu ya kafa.

Makiyayi Mai Kyau ya zo wannan duniya ne domin ya nemo
ya kuma ceci waɗanda suka ɓace. Ɗan Rago na Allah ya zo ya
mutu domin tumaki masu zunubi kamar mu. Babban Likita ya zo
domin ya warkar da raunanan tumaki, marasa lafiya da kuma
wadanda zunubi ya ɗaiɗaita. Sarkin Salama ya shiga cikin duni-
yarmu da ke fama da yaƙi, gaba da rarrabuwar kai fiye da kima.
Lokacin da muka zage shi, muka buge shi, muka cake shi, bai
buɗe baki ba.

Bai kamata Yesu ya zo ba, amma ya zo. Sa'ad da kuma dat-
tawa suka ɗauki mataki su ba da kansu, ko da zai yi musu wuya,
suna nuna misali mai kyau na bisharar da suke wa'azinta.

5

SHUGABANCI BA TARE DA NUNA IKO BA

Yanayin yana ƙara muni. Babban fasto da mataimakin fasto ba su ganawa fuska da fuska a kan batutuwa da yawa masu mahimmanci, har akan tauhidi da kuma tsarin hidimar ikilisiya. Bambancin da ke tsakanin su yana fitowa ta wurin wa'azin su zuwa cikin ikilisiya. Rashin jituwa da ke ƙaruwa ta fara raba ikilisiya.

Bayan da mataimakin faston ya bayyana mini wannan yanayin, sai na tambaye shi, "Shin babu dattawa a ikilisiyarku?" Ya tabbatar da cewa akwai. Na ci gaba da cewa, "To wanne mataki suke dauka don sasanta rikicin?"

"Wannan shi ne abin takaicin," in ji shi. "Ba su san abin da za su yi ba. Suna aika sakonni masu rikitarwa. Wasu lokuta suna cewa suna so in ci gaba da aikina, amma wasu lokutan suna ganin kamar cewa bambancin dake tsakani na da shugabana ya yi yawa."

Na tausaya wa duka waɗanda abun ya shafa. Zuciyata ta na sosawa akan fastoci biyu da suke ƙaunar Ubangiji amma suna da ra'ayoyi mabambanta akan hidima. Na kuma tausaya wa waɗannan dattawa. Wataƙila su mutanen kirki ne waɗanda suke son su yi wa ikilisiya hidima, amma sun sami kansu a cikin rikici mai rikitarwa tsakanin fastocinsu, inda suke so su girmama duka biyun. Ba abin mamaki ba ne da suka zama kamar masu cutar shanyewar jiki. Shin irin wannan hargitsi bai fi karfin matsayin su ba?

Duk da haka, abin da kawai fastocin, da kuma ikilisiyar ke bukata shi ne dattawa waɗanda suke a shirye su shiga cikin wannan rikici mai rikitarwa su yi jagoranci.

WANENE YA FADI HAKA?

Zai zama kamar abu mara amfani a keɓe babi ɗaya ga batun shugabanci a cikin littafi game da dattawa. Shin ba a bayyane yake ba cewa dattawa suna jagoranci a cikin ikilisiya? Wataƙila. Amma wani lokacin mukan kasa ganin abin da yake bayyane lokacin da abubuwa suka lalace.

Dattawa suna iya jin kamar ba su cancanci jagoranci a ikilisiyarsu ba, musamman ma a lokacin yanayi mai wuya. Sai su fara tunanin cewa: "Ba ni da horo na makarantar tauhidi. Ba a horar da ni akan gudanar da ikilisiya ba. Ba ni da zarafin magance wannan matsalar. A gaskiya, ban dauki kaina fiye da memba na kwamitin ikilisiya mai ɗaukaka ba." Su wanene dattawa da zasu sake fasalin falsafar bishara mai dogon tarihi, su jagoranci ikilisiya wajen fadada kadarori masu tsada, ko kuma su warware zarge-zargen rashin cancanta a kan ma'aikaci?

Membobin ikilisiya ma zasu iya yin mamaki. Wani lokaci memba yakan ji dadin shugabancin dattijo muddin dattawan suna jagorantar ikilisiyar ta hanyar da memba yake so. Amma sa'ad da dattawan suka ɗauki matakin da "bai dace ba," sai memban ya bijire. "Shi wanen a tunanin shi?" ya rika korafi. "Na yi nazarin Littafi Mai Tsarki da shi na tsawon shekara goma. Bai fi ni ba. Sai yanzu zai nuna shi wani ne?

72

Za mu iya ma komawa baya mu yi bincike akan matsayin dat-tijo a cikin al'adunmu na yau da kullum. A nan a Yammacin duniya, mutane suna son zargin shugabanni. Muna son yin bin-cike akan matsayi, mu kafa ka'idodin makirci, mu tayar da rigima. Bisa ga girman shugaba, bisa ga girman makircin—haka kuma yawan farin cikin da duniya zata yi. Kamar yadda iko ya sauya daga hukumomin waje zuwa tunanin cikin zuciya, kowane mutum ya zama mai mulkin kansa. A irin wannan yanayi, wanene dattijo, balle ikilisiya, da za su gaya wa mutane yadda za su yi rayuwa ko kuma abin da za su gaskata?

Shin da gaske dattawa suna da ikon shugabanci a cikin ikilisiya?

IKON YIN SHUGABANCI

Bari mu fara da sake duba sunaye uku da aka ba wannan matsayin a cikin Sabon Alkawari. Ko da yake waɗannan lakabi uku suna ɗaukar nau'o'i daban-daban, dukansu sun ƙunshi ra'ayin iko da shugabanci:

- *Dattijo.* Wannan kalmar na nufin hikima da ƙwarewa. Ana zuwa wurin dattijo domin samun shawara da jagoranci. Dat-tawa suna da iko na dabi'a; idan suka yi magana, mutane suna sauraro.
- *Fasto/Makiyayi.* Makiyaya suna kula da garke, suna kuma jagorar tumaki daga wuri zuwa wuri. Za ka iya tunanin makiyayi da bai damu da inda garken sa yake ba?
- *Mai aikin kula.* Wannan kalmar tana bayyana wanda yake kula da abubuwa ko kuma mutane.

73

Sa'an na, ka sake la'akari da wasu ayoyi da muka bincika a baya. Yayin da kake sake karanta waɗannan ayoyi, ka lura cewa a cikin kowannensu marubucin ya bayyana masu aikin kula a matsayin masu iko na jagorancin ikilisiya, membobin ikilisiya kuma suna da alhakin girmamawa da miƙa wuya ga wannan iko:

Don kuwa in mutum bai san yadda zai sarrafa iyalinsa ba, ta ƙaƙa zai iya kula da ikkilisiyar Allah? (1Tim. 3:5)

Dattawan ikkilisiya da suke a riƙe da al'amura sosai, a girmama su ninkin ba ninkin, tun ba ma waɗanda suke fama da yin wa'azi da koyarwa ba. (1Tim. 5:17)

Amma muna roƙonku 'yan'uwa, ku girmama masu fama da aiki a cikinku, wato waɗanda suke shugabanninku cikin Ubangiji, suke kuma yi muku gargaɗi. Ku riƙe su da mutunci ƙwarai game da ƙauna saboda aikinsu. (1Tas. 5:12–13)

Ku yi wa shugabanninku biyayya, ku bi umarnansu, don su ne masu kula da rayukanku, su ne kuma za su yi lissafin aikinsu (Ibr.13:17)

Dattawa suna gudanarwa, shugabanci, gargaɗi, da kuma kula da membobin ikilisiya. Membobi kuma za su maida martani ta wajen amincewa da su, daraja su sosai, da kuma yi musu biyayya.
Ikilisiyoyi sun bambanta bisa ga yadda suke tsara kansu. Ikklisiyoyin da gudanarsu ta ta'allaka ga jama'a kamar ta wa ba

74

iri daya ba ne yadda ikklisiyoyin da gudanarsu ta ta'allaka ga dat-
tawa ta ke. Babu wani daga cikinmu da ya karbi tsarin gudanar-
war bishop-bishop da manyan bishop-bishop kamar abokanmu na
Anglican. Amma dukan ikilisiyoyi ya kamata su amince da abu
ɗaya bisa koyarwar Littafi Mai Tsarki: Allah ya ba da iko ga dat-
tawa dominsu shugabanci jama'ar ikilisiya.

ƁOYEWA CIKIN KAYAYYAKI

Idan kai dattijo ne, ka ɗauki mataki kuma ka yi aiki tuƙuru wajen
shugabancin ikilisiyarka. Ba lalle sai ka sami duka amsoshi ba, ba
za ka iya sanin duka amsoshi daidai ba. Amma Yesu ya umurce ka
ka yi wa garkensa jagoranci. Ikilisiyarku na bukatar ku ɗauki
mataki ku tsara hanyar da za ku bi.

Za ka iya jin kamar ka maida martani irin na Sarki Saul. Ko
da yake Allah ne ya zaɓi Saul, duk da yake kuma Sama'ila ne ya
naɗa shi sarki, Saul ya ɓoye a cikin kayayyaki sa'ad da lokaci ya
yi da zai fara sarauta. Hakika wannan ya zama babban wurin
ɓuya, domin mutane sun tambayi Allah inda yake: "Suka yi tam-
baya a wurin Ubangiji, suka ce, 'Ko akwai wani dabam?'" Sai
Allah ya fallasa shi: "Ubangiji ya ce, 'Ai, ga shi can, ya ɓuya
cikin kayayyaki.'" (1 Sam. 10:22). Dan'uwa dattijo, kada ka ɓoye
lokacin da ikilisiya ke bukatar shugabanci. Lokaci ya yi da za ka
fito daga cikin jakar kayayyaki, ka fita daga ɗakin ajiyar kaya, ka
zauna a kujerar gaba.

Ikilisiyata ta sami albarka sau da dama ta wurin dattawa masu
karfin gwiwa waɗanda suka samar da shugabancin da ake bukata a
lokacin da ake bukatar hakan. Na tuna da John, wanda ya jagorance

mu wurin gyara tsarin gudanarwarmu 'yan shekaru bayan rabuwa mai zafi ta ikilisiya. Sake rubuta kundin tsarin gudanarwar ya samu kuri'ar amincewa daga jama'a. Na zauna tare da Tim a cikin tarurruka da yawa, na ga yadda cikin haƙuri da natsuwa ya sasanta rikice-rikice tsakanin membobi har ma da ma'aikatan ikilisiya. Na tuna Matt wanda ya kawo hadin kai a cikin ikilisiya ta wajen bayyana bukatar mu ta gini da fadada ikilisiya. Ina godiya ga Rick da Clay, waɗanda suka taimaka mana cikin matakai masu wuya na neman fasto. Mun sami mataimakin fasto mai kwazo. Ikilisiya mai yiwuwa ba ta san girman abin da Eric ya yi musu ba ta wajen ƙalubalantar sauran dattawa su zama makiyaya ga membobi.

Ko a lokacin da nake wannan rubutun, na yabi Allah domin Bill. A halin yanzu yana fama da ayyuka duk da haka yake bayar lokaci da kuma ƙwarewarsa kyauta domin ayyuka da gudanar da ƙungiyoyi domin taimaka mini kiwon ma'aikatan ikilisiya. Yana kuma koyar da ni salon shubaganci a lokaci guda. Kyauta!

Zan iya cika sauran babin nan da sunaye da labarai daga kundi na na dattawa da suka shahara. Gata ne aiki tare da mutane waɗanda suke ƙaunar garken sosai har da za su iya bada shawarwari masu mahimmanci, su kafa ƙa'idodi da suka yi daidai da bishara, su yi aiki tuƙuru domin hadin kan ikilisiya, su jimre da matsaloli, su kuma ba da lokacinsu ga ikilisiya domin taro, tattaunawa, da kuma addu'o'i. Ikon da mutane masu tsoron Allah, masu ƙauna suke amfani da shi yana kawo rai, hadin kai, da kuma 'ya'ya ga ikilisiyoyi. Ikilisiyoyi kuma suna amfana sa'ad da suka girmama wannan ikon (Ibr.13:17).

AMFANI DA IKO

Wataƙila har yanzu ba ka gamsu ba.

Shin duka wadannan maganganu game da ikon dattawa sun sa ka ji tsoro? Duk da hujjojin Littafi Mai Tsarki, kana da shakku? Wataƙila bisa ga kwarewarka, matsalar dattawa ba wai kamar ta Saul ba ce lokacin da ya ɓoye kansa a cikin kayayyaki domin ya guje wa sarauta. Matsalar ita ce suna kama da yadda Saul ya zama daga baya a cikin aikinsa, sa'ad da ya caki Dauda da mashi saboda tsoro da kishi cewa yaro daga Baitalami zai ƙwace rawaninsa (1Sam. 18:9–11). Wataƙila kana jin cewa barazanar ba ta dattijo ba ce amma zaluncin dattijo.

Na san wani matashin Krista wanda ya so ya yi hidima ikilisi-yarsa. Ƙaramar ikilisiya ce da ya kamata ta amfana da baiwarsa. Amma wannan matashi mai bi ya shiga cikin bango: daya daga cikin dattawan ikilisiya. Wannan dattijo ya bada gudummawa wa-jen kafa ikilisiyar, maganarsa kuma tana da iko. Bayan haka, a wasu lokatai yana nuna ikonsa kai tsaye. Ya kasance ɗaya daga cikin "masu iko" da ikilisiyar, ba ya jin tsoron sanar da hakan. Abin takaici, wannan dattijon bai yi na'am da abin da wannan saurayin zai yi wa ikilisiya ba ko kuma ci gaban da yake so ya kawo. A zahiri, dattijon ba masoyin sauye-sauye bane bakiɗaya. Sa'ad da kurar ta lafa, sai saurayin ya bar ikilisiyar a hankali, cikin baƙin ciki da takaici.

Idan dattawa suka yi amfani da karfi da nuna iko za su sa mu-tane su fara shakka akan abubuwa kamar "ikon makiyayi"da kuma "kula da ruhaniya." Ashe, ba irin waɗannan kalmomin

77

shugabannin ƙungiyoyin asiri suke amfani da su ba domin su sa mutane su bi su?

SHUGABANCI BA TARE DA NUNA IKO BA

Yesu da manzanninsa sun damu da kai. Ba kawai dattawa suka ba izini su yi jagoranci ba, amma sun sake fasalin shugabanci domin ya zama da tawali'u, sadaukar da kai ga mabiya. Bitrus ya dora wa dattawa alhakin aikin kula da kuma kiwo (1 Bitrus 5:2), amma a cikin haka ya yi kira ga dattawa su yi jagoranci cikin tawali'u, su zama misali, "Kada ku nuna wa waɗanda suke hannunku iko, sai dai ku zama abin koyi ga garken nan" (aya 3).

Watakila Bitrus yana tunawa ne da abin da Yesu ya koya masa da sauran almajirai game da iko na gaskiya da girma a cikin mulkin Allah:

Kun sani sarakunan al'ummai sukan nuna musu iko,[1] hakimansu ma sukan gasa musu iko. Ba haka zai zama a tsakaninku ba. Amma duk wanda yake son zama babba a cikinku, lalle ne ya zama baranku. Wanda duk kuma yake so ya shugabance ku, lalle ne ya zama bawanku, kamar yadda Ɗan Mutum ma ya zo ba domin a bauta masa ba sai dai domin shi ya yi bautar, yă kuma ba da ransa fansa sa-boda mutane da yawa. (Mat. 20:25–28)

---

[1] Abin sha'awa, kalmar Helenanci da aka fassara "nuna iko" a cikin Matta 20:25 ita ce kalmar da Bitrus ya yi amfani da ita (Bit. 5:3). Ban da waɗannan ayoyin, kalmar ta sake bayyana a Markus 10:42 (wannan nassi ɗaya ne da na Matta) da kuma Ayukan Manzanni 19:16.

Sa'ad da Makiyayi Mai Kyau ya ba da ransa domin tumaki, ba kawai ya fanshe su daga zunubi ba, amma ya sake fasalin girma da iko ga garkensa da ya fansa.

A lokacin Idin Ketarewa, Yesu ya ba almajiran mamaki ta wajen wanke ƙafafunsu. Sa'an nan ya bayyana abin da ya yi ta wannan hanyar:

Tun da yake ni Ubangijinku da kuma Malaminku, har na wanke muku ƙafa, ashe, ku ma wajibi ne ku wanke wa juna. Na yi muku ishara domin ku ma ku yi yadda na yi muku. Lalle hakika, ina gaya muku, bawa ba ya fin ubangijinsa, manzo kuma ba ya fin wanda ya aiko shi. (Yahaya 13:14–16)

A wannan dare, Yesu ya tuɓe mayafinsa ya wanke ƙurar da ke ƙafafun almajiransa da hannunsa. Washegari, aka sake tuɓe shi, aka kuma buga wa waɗannan hannayen ƙusa a kan gicciye domin wanke zunubin almajiransa. Wadanda aka gafartawa suka tsaya a bakin giciye suna kallon shugabanci da girma ta hanyar da ta sa duniya ta yi mamaki.

TSARI DOMIN SHUGABANCIN BAWA

Ta yaya dattawa za su kasance da tawali'u, kamar masu wanke ƙafafu, kada su zama masu girman kai, masu ɗauke da kambi? Dattawa za su iya yin shugabanci ba tare da nuna iko ba su kuma yi amfani da ikonsu ba tare da zalunci ba?

Ba za ku taɓa kawar da hadarin wuce gona da iri na shugabanci ba. Girman kai koyaushe yana shimfide a zuciyarmu, alhakin kowane dattijo ne ya gicciye son kansa kowace rana ta wurin ikon Ruhu. Amma kuma ikilisiyoyi za su iya yin wani abu domin su karfafa al'adar shugabanci cikin tawali'u. Shugabanni da sauran jama'a za su iya tsara rayuwarsu ta hanyoyin da za su sa shugabancin bawa ya zama al'ada mulkin mallaka kuma ya zama ba daidai ba.

Yi la'akari da wadannan halaye guda shida da za su iya taimaka wa dattawa da kuma ikilisiyoyi su bauta wa juna hidima kamar yadda Yesu ya yi mana:

Ku Zaɓi Dattawa Masu Tawali'u

Abu mafi sauki mafi inganci kuma da ikilisiya zata iya yi shine samar da tsari na tantance wadanda zasu zama dattawa, sa'an nan kuma tabbatar da zaɓar mutane masu tawali'u. Kamar yadda muka gani a babi na 1, duk wanda zai zama dattijo yana bukatar ya zama "salihi, ba mai husuma ba" (1 Tim. 3:3) sa'an nan kada ya zama "mai taurin kai, ko mai saurin fushi" (Tit. 1:7).

Na ji wani fasto ya ce hali mafi muhimmanci ga shugaban ikilisiya shine tawali'u. Ya ci gaba da bayyana hali na biyu mafi muhimmanci: tawali'u. Na uku kuma fa? Wataƙila za ka iya ganewa.

Lokacin zaben dattawa, nemi mutane da ke da tarihin aiki a cikin ikilisiya wadanda suka rike shugabanci da hannu mai ƙarfi amma tattausa. Mutane masu zuciyar yiwa wasu hidima da aka nada a matsayin dattawa wataƙila za su ci gaba da aikinsu na yiwa wasu hidima. Ko da sun nuna ɗan girman kai, ba za su tada

80

husuma ba idan aka fuskance su. Ku nemi mutanen da za su iya faɗin ra'ayinsu a taron dattawa a lokaci guda kuma su yi biyayya ga abin da ƙungiyar za ta ce idan ba'a bi ra'ayinsu ba. Dattawa masu tawali'u za su iya miƙa kai ga juna.

Amma idan mutum yana da girman kai, mai taurin kai da nuna iko, kada ku yi kuskuren ba shi aikin makiyayi, kome bai-warsa, gogewa, ko ci gaban da zai iya kawowa ga aikin: "Kada ka yi garajen ɗora wa kowa hannu, kada kuwa zunuban waɗansu su shafe ka" (1 Tim. 5:22).

Wakilci Ga Dikinoni
Ba dattawa ne kawai suke aiki a cikin ikilisiya ba: manzanni sun nada dikinoni. A kokarin sauƙaƙa aikin su, dikinoni suna samar da haɗin kan ikilisiya ta wajen kula da kayan aiki, gudanarwa, da bukatu na ikilisiya. Mutane da yawa suna kallon "mutanen nan bakwai" na ikilsiyar farko a matsayin dikinoni. Aikin su shine su kula da rarraba abinci ga gwauraye na ikilisiyar domin ikilisiya ta sami jituwa manzannin kuma su sami damar yin wa'azi da addu'a (Ayyukan Manzanni 6:17).

Kafa dikinoni masu lafiya, yana faɗaɗa iko da mallaka a cikin ikilisiya ta haka kuma ake haifar da kariya daga matsalolin dat-tawa na al'amura masu muhimmanci. Dattawan kuma suna jago-rantar ayyukan ikilisiya sa'an nan suna da alhakin duk abin da ke ciki. Amma za su iya ɗora wa dikinoni wasu ayyuka su kuma janye masu wasu. Sa'ad da dattawa suka ba da ayyuka kamar kula da baƙi, harkokin yara, kayan aiki, adana littattafai, ba da gudummawa, da kuma fasaha ga diakoni da suka ƙware, suna nuna amincewa da kuma tawali'u ga ikilisiya. Sa'ad da haka ya faru, dikinoni suna taimakawa dattawa domin su iya yin koyarwa, addu'a, da kuma kiwo, kamar yadda "bakwai din nan" suka yi wa manzannin a Ayukan Manzanni 6.

Aikata Abin Da Yake Daidai

Shin ikilisiyarku tana da tsari na fuskantar dattijo wanda ya faɗa cikin zunubi? Bulus ya gaya wa Timoti cewa ya girmama dattawa sosai (1 Tim. 5:17–18). Amma a cikin ayoyi na gaba ya umurci cewa dattawan da aka same su da laifi na zunubi ya kamata a tsawata masu a fili:

Kada ka yarda in an kawo ƙarar wani dattijon ikkilisiya, sai dai da shaidu biyu ko uku. Masu yin zunubi kuwa, sai ka tsawata musu a gaban dukkan jama'a, don saura su tso-rata. (1Tim. 5 :19–20).

Dattawa, idan ku ka sami wani ɗan'uwa mai aikin kula yana tafiya cikin rashin biyayya ga Ubangiji ba shi kuma da niyyar tuba, kada ku kauda kai domin shi dattijo ne. Kamar yadda Bulus ya ci gaba da cewa, "Na gama ka da Allah, da Almasihu Yesu, da kuma zaɓaɓɓun mala'iku, ka kiyaye waɗannan abubuwa ƙwarai da gaske, kada ka yi kome da tāra" (aya 21).

Girmama Kalmar

Dattijo zai iya shugabanci ba tare da nuna iko ba ta wajen kiyaye Kalmar Allah da bishara a cikin ikilisiya. Ya kamata dattijo ya

82

riƙa bin Kalmar Allah a koyaushe—a dukan koyarwarsa, bauta, da kuma hidimarsa. Wannan yana tunatar da shi da ikilisiya cewa ikonsa yana da iyaka, cewa Littafi Mai Tsarki ne kaɗai yake da cikakken iko a rayuwar ikilisiya. Ya kamata ikilisiyoyi su zaɓi dattawa waɗanda suke girmama Littafi Mai Tsarki sosai (ba ra'ayinsu game da Littafi Mai Tsarki ba).

Bayan haka, ikon dattawa a kan ikilisiyar Yesu ya danganta ne da koyarwa, biyayya, da kuma isar da Kalmar Yesu. Kamar yadda William Johnson, wani fasto a ƙarni na goma sha tara ya ce, dattawa masu iko ne, ba masu kafa doka ba [2]. Aikin su shine kawai suyi shela su kuma aiwatar da koyarwar Littafi Mai Tsarki a rayuwar ikilisiya. Sa'ad da dattawa suka ɗaukaka Littafi Mai Tsarki, suna ƙasƙantar da kansu a lokaci guda. Ta wajen yin hakan, suna nuna cewa su irin mutanen da masu bi na gaskiya za su so su bi ne.

Ka Horar Da Wanda Zai Maye Gurbinka

Mun gani a babi na 3 cewa dattawa suna bukatar su ci gaba da hidimar koyarwa ta ikilisiya ta wajen horar da masu maye gurbinsu. Su wanene za su zama masu koyarwa da kuma dattawa na zamani mai zuwa? Bayan ci gaba da shugabancin ikilisiya, mai da hankali kan horarwa yana taimaka wa dattawa su kasance masu tawali'u. Yana da wuya mutum ya mallaki iko a lokaci guda kuma ya ba da shi ga wasu.

[2] An ambata a cikin Mark Dever, ed., *Polity: Biblical Arguments on How to Conduct Church Life* (Washington, DC: Nine Marks Ministries, 2001), 195.

Ka Amice Da Jama'a

Na yi jinkirin yin wannan bayanin tun da ba duka masu karanta wannan littafin ba ne mabiya darikar congregationalist. Wannan littafin kuma ba kare manufofin darikar congregationalist yake yi ba. Amma zan iya cewa ba wa dukan ikilisiya iko a wasu bangarori (wanda har Ikklisiyoyin Presbyterian suke yi) yana ba da kyakkyawar kariya daga dattawa masu nuna iko? Kawo manyan kudurori gaban ikilisiya domin amincewa yana tilasta wa dattawa su ajiye ikon su cikin tawali'u kuma su dogara ga membobi da kuma Ubangiji. Akwai lokutan da nake jin kamar in yanke shawara mai muhimmanci ta wajen nuna iko. Tsarin neman ra'ayin 'yan ikilisiya yana da jinkiri wani lokacin kuma baya haifar da sakamakon da nake so. Amma bayan wasu shekaru, na fahimci yadda tsarin congregationalism, idan aka aiwatar da shi da kyau, yake gina haɗin kai da amincewa tsakanin dattawa da membobi. Da yake sun gaskata cewa ikilisiya ce take da ikon yanke wasu shawarwari, hakan yakan sa dattawa su yi aiki tuƙuru wajen koyarwa da kuma tattaunawa da mutane, su kuma dogara ga Allah ta wurin addu'a.

MAKIYAYA MASU KAMA DA TUMAKI

Yesu ya naɗa dattawa su zama masu kula da garkensa. Ya kamata dattawa su ɗauki wannan aiki da muhimmanci su kuma yi shugabanci gaba gaɗi a ikilisiyoyinsu. Masu aikin kula da ba sa aiwatar da aikinsu suna sa matsalolin ikilisiya su ƙara muni. Ina roƙon dukan 'yan'uwana dattawa: saboda Ikilisiya, saboda bishara, saboda kuma ɗaukakar Allah, ku jagoranci ikilisiyoyinku!

Amma a cikin wannan magana ta makiyaya, ku tuna da wata gaskiya: ku kanku har yanzu tumaki ne.

Wannan ita ce babbar matsalar da kowane dattijo yake fuskanta. Shi makiyayi ne tunkiya kuma a lokaci guda, shugaban mabiyan Yesu mabiyin Yesu kuma, mai aikin kula da jiki yayin da kuma wani bangare ne na jikin. Dattijo mutum ne mai zunubi, ya sami ceto alheri kuma yake rike da shi, yana bin Makiyayi Mai Kyau, Yesu Almasihu. Nan take Yesu ya juya zuwa gare shi, ya ba shi sandan kiwo a hannunsa, ya ce, "Ka yi kiwon 'ya'yan tumakina." (Yahaya 21:15).

Ta yaya za ka iya magance matsalar zama tunkiya da ta zama makiyayi? Ba ka sani ba. Ka karbe shi. Ka amsa kira na zama makiyayi a lokaci guda kuma ka furta cikakken dogaro ga Ubangiji. Ka ce, "Bari mu bi wannan hanyar," yayin da kai kanka da sauran ikilsiya kuke kira, "Ubangiji, ka yi mana jagoranci." Ka sa idanu ga Yesu, ta wurin alherinsa kuma, ka yi jagoranci ba tare da nuna iko ba.

6

YIN KIWO TARE

Na yi farin ciki da har yanzu kake karanta wannan littafi. Gaskiya, na yi tunanin cewa wataƙila ka daina karantawa. Ba wai saboda wannan littafi ne mai yawa ba ko kuma mai wuyar karantawa. Maimakon haka, na damu cewa wataƙila ka karaya sa'ad da ka ga dukan abin da Littafi Mai Tsarki ya ke bukata daga dattawa, saboda haka ka daina karanta littafin.

Babin farko bai zama na jin dadi ba akan abubuwan da ake bukata don zama dattijo. Manzannin sun kafa mizani mai tsauri ga dattawa: hali irin na Almasihu, iya sarrafa gida, da iya koyarwa da kuma kāre gaskiyar Littafi Mai Tsarki. Game da kasancewa "marar abin zargi" fa? Duk wanda ya san kurakuransa da kuma kasawarsa zai ga cewa wannan bayanin yana da ban tsoro. Sa'ad da nake rubuta babin, na yi tunani, "Shin da *gaske* na cancanci zama dattijo, balle in rubuta babi game da abin da ake bukata daga dattawa?"

Amma ko da ka tsallake matakin farko, nauyin dake cikin surorin da suka biyo baya zasu iya gama wa da kai. Dattawa suna kiwon garke, suna koyarwa, suna gyara kuskure, suna renon membobi har su yi girma, suna daidaita inda aka bijire, suna mul-ki da shugabanci, suna kuma magance rigima, da sauransu.

Har yanzu kuma muna da sauran surori uku a gaba.

Wannan aikin yana kashe mun jiki a wasu lokuta, ni fasto ne da ake biya wanda ke sadaukar da duka lokacinsa akan wannan aikin. Kai kuma fa da dattijo ne da ke da wasu ayyukan masu wuya, tafiya -tafiye, kula da iyali, kula da gida, watakila kuma har da wasu abubuwan da kake sha'awa? Ta yaya za ka iya cika wannan babban aiki na kula da ikilisiya a dan karamin lokacin da kake da shi? Wannan kamar wata hanya ce ta rashin nasara. Wannan aiki na kiwo abu ne mai yiwuwa kuwa?

Na yi imani zai yiwu. Wani ɓangare na samun mafita ya ta'allaka ne ga yin na'am da kuma bada fifiko ga kiranka na makiyayi. Alexander Strauch yana da wasu kalmomi masu mahimmanci domin mu:

Mutane da yawa suna kafa iyalai, suna aiki, suna kuma ba da lokaci mai yawa ga ayyukan al'umma, ƙungiyoyi, ayyukan wasanni da/ko kuma ƙungiyoyin addini. Ƙungiyoyin asiri suna samar da babban ci gaba saboda lokacin da membobinsu suke bayar wa domin aikin sa kai. Mu Krista masu gaskata Littafi Mai Tsarki muna zama masu ƙyuya, masu rauni, rukunin Krista na jeka-na-yi-ka. Abin mamaki ne yadda mutane za su iya cimma abubuwa da yawa idan aka iza su su yi aiki akan abin da suke so. Na ga mutane suna ginawa da kuma gyara gidaje a lokacin hutu.[1]

---

[1]Alexander Strauch, *Biblical Eldership: An Urgent Call to Restore Biblical Church Leadership* (Littleton, CO: Lewis and Roth Publishers, 1995), 28.

Ya kamata masu burin zama dattawa su lissafa girman hidimar sannan kuma su ba da kansu kacokan ga ikilisiyoyinsu yayin da suke dogara ga alherin Allah.

Amma akwai wani abu kuma da ke sa aikin kiwo ya kasance mai dorewa. Yana daya daga cikin abubuwan da ke cikin Littafi Mai Tsarki na aikin dattijo da ya rike ni da karfi a matsayin fasto a tsawon shekaru. Lokacin da Allah ya tsara ikilisiya, cikin hikimarsa ya sanya dattawa da *yawa*. Kiwo ya zama mai yiwuwa domin ya kamata ya zama wasan kungiya.

YIN KIWO A CIKIN JAM'I

Lokacin da Sabon Alkawari ya kwatanta ainihin dattawan da suke aiki a cikin ikilisiyoyi, yana magana ne game da su a jam'i. Ka karanta ayoyi na gaba. Ka lura cewa dattawa da yawa ne suke jagorantar kowace ikilisiya:

Da suka isa Urushalima, Ikkilisiya, da manzanni, da dattawan Ikkilisiya suka yi musu maraba. (Ayyukan Manzanni 15:4 ; duba aya 6, 22; 16:4)

Bayan kuma sun zaɓar musu dattawa a kowace Ikkilisiya, game da addu'a da azumi, suka danƙa su ga Ubangiji, wanda dā ma suka gaskata da shi. (Ayyukan Manzanni 14:23)

Daga Militas ne ya aika Afisa a kira masa dattawan Ikkilisiya. (Ayyukan Manzanni 20:17)
Daga Bulus da Timoti, bayin Almasihu Yesu, zuwa ga dukan tsarkaka a cikin Almasihu Yesu waɗanda suke a Filibi, tare da masu kula da ikkilisiya da kuma masu hidimarta. (Fili. 1:1)

Wannan shi ya sa na bar ka a Karita, musamman domin ka ƙarasa daidaita al'amuran da suka saura, ka kuma kafa dattawan ikkilisiya a kowane gari. (Titus 1:5)

Don haka, ku dattawan ikkilisiya da suke cikinku, ni da nike dattijon ikkilisiya, ɗan'uwanku, mashaidin shan wuyar Almasihu, mai samun rabo kuma a cikin ɗaukakar da za a bayyana, ina yi muku gargaɗi, (1 Bit. 5:1)

In waninku yana rashin lafiya, to, sai ya kira dattawan ikkilisiya su yi masa addu'a, suna shafa masa mai da sunan Ubangiji. (Yak. 5:14)

Ka ga kwatancin? Sau da yawa mun sami dattawa (jam'i) a kowace ikilisiya (ɗaya).[2] Kowace ikilisiya tana da rukunin makiyaya. Abin lura ne da farko, amma yakan samar da mafita idan aka sa shi a cikin aikin. Yawan dattawa yana da matukar muhimmanci ga hidimar kiwo mai dorewa.

RARRABA NAUYIN

Fara da abin da yake a fili: samun dattawa da yawa yana saukaka aikin kiwo. "Hannu da yawa yana sa aiki zama da sauƙi," "Aikin haɗin kai yana rarraba ayyuka yana kuma ninka nasara," dukan waɗannan karin magana sun zama gaskiya ga hidimar dattijo.

Wata membar ikilisiyarmu ta taɓa tambayata yadda za ta yi addu'a saboda ni. Na fadi mata nauyin da ke karuwa na hidimar ikilisiya. Adadin waɗanda suke cikin ikilisiyar yana ƙaruwa a

---

[2] Ibid., 37.

lokacin, bukatu kuma na hidimar fasto sun ƙaru. Na yi mata wata tambaya, "Yaya zan yi hidima da kyau ga garken da ke karuwa?"

Ba ta dauki tambayata da mahimmanci ba. Ba zan taba mantawa da amsar da ta ba ni ba. Ta yi murmushi, ta daga kafada, kawai ta ce, "Karin makiyaya."

Tabbas—akwai bukatar wasu makiyayan. Abin mamaki ne ban taba yin tunanin wannan ba a baya.

To, ina tsammani idan Musa zai kasa fahimtar abin da yake a bayyane, ni ma zan iya. Surukinsa, Yetro, ya ja shi gefe ya nuna masa bukatar ƙarin taimako.

Kashegari da Musa ya zauna garin yi wa jama'ar shari'a, mutane suka kekkewaye shi tun dage safiya har zuwa yamma. . . . . surukin Musa ya ce, "Abin nan da kake yi ba daidai ba ne." "Kai da jama'an nan da suke tare da kai za ku rafke, saboda abin da kake yi ya fi ƙarfinka, kai kaɗai ba za ka iya ba." (Fitowa 18:13, 17–18).

Menene kuma mafitar da Tetro ya kawo? Ya ba da shawarar kawo abokan aiki:

"Ka kuma zaɓa daga cikin jama'a isassun mutane, masu tsoron Allah, amintattu, waɗanda suke ƙyamar cin hanci. Za su yi wa mutane shari'a koyaushe, amma kowace bab-bar matsala sai su kawo maka, ƙaramar matsala kuwa su yanke da kansu. Da haka za su ɗauki nauyin jama'a tare da kai don ya yi maka sauƙi." (Fitowa 18:21–22)

Kamar yadda ƙarin alƙalai suka sauƙaƙa aikin Musa, haka ma samun dattawa da yawa zai rarraba nauyin hidima. Saboda haka, idan kai dattijo ne, ka nemi hanyoyin da kai da 'yan'uwanka za ku iya raba ayyuka. Ku sanar da wurare na aiki a cikin ikilisiya da ke buƙatar maida hankali da hada ƙarfinku. Idan kun sha wahala, kada ku ci gaba a haka—ku nemi taimakon 'yan'uwa.

Ta yaya za ka iya rarraba aiki a tsakanin rukunin masu akin kula? Na ambaci yadda dattawanmu suka yi kokarin raba membobin ikilisiya a tsakaninsu, amma ba lallai sai kun yi hakan ba. Manufar ita ce a yi niyya na raba aikin.

DATTAWA MASU AIKI DABAM-DABAM

Fa'idodin rarraba aikin kula bai tsaya ga rarraba ayyuka ba. Aikin mutane da yawa yana ba ikilisiya damar samun baiwa iri-iri daga dattawa domin kowannensu ya yi aiki da ƙarfinsa. Ko da yake dukan dattawa suna da aiki iri ɗaya, kowannensu ya kawo baiwa da kuma ƙwarewa dabam dabam.

Na tuna da wuka ta ta farko mai aiki dabam-dabam a lokacin da nake yaro. Ba zan iya tuna daidai shekaru na a lokacin ba, amma har yanzu ina iya tunawa da launin ja mai haske a bayan madaukin wukar. A tsakanin wannan madauki akwai makamai dabam-dabam. Na tuna yadda nake jin dadi sa'ad da nake ciro makaman ɗaya bayan ɗaya ina tunanin yadda zan yi amfani da kowannensu domin in tsira sa'ad da na sami kaina a cikin daji. Akwai wuka mafi tsayi, akwai gajera, kibiya, sukundireba, almakashi, sai kuma, makami mafi muhimmanci wajen tserar da kai, abun bude kwalba.

92

Ina samun irin wannan tunanin a kowace shekara lokacin da muke marabtar sabbin mutane zuwa cikin dattawan ikilisiyarmu. Kowane ɗan'uwa yana kawo baiwa ta musamman ga ƙungiyar da ake fatan gano wa domin a yi amfani da ita. Yana kama da buɗe wuƙa mai amfani dabam-dabam, baiwa ɗaya daga dattijo a lokaci guda. Hakika, ya kamata duka dattawa su nuna wata baiwa mai muhimmanci ga aikin, kamar shugabanci da koyarwa. Duk da haka, waɗannan baye-baye za su iya bambanta bisa ga ƙarfi da kuma siffa.

A cikin rukunin dattawanmu na yanzu, Mark farfesa ne a wata makarantar tauhidi wanda yake amfani da baiwarsa ta magana da kuma nazarin Sabon Alkawari domin yin hidima mai ƙarfi ta koyarwa a cikin ikilisiya. Sau da yawa, Kent yakan yi amfani da kwarewarsa a harkar kuɗi domin yin jagoranci a kan batutuwan kasafin kuɗi. John yana matukar son yin addu'a ya sha dawo da dattawanmu kan turbar addu'a a cikin shekaru. Herb yana da baiwa ta musamman ta yin tambaya mai zurfi a lokacin tattaunawa da ke kai mu ga ainihin batun matsalar.

Ka keɓe lokaci domin ka san 'yan'uwanka dattawa. Ka gano irin baiwar da kowannensu yake da ita a cikin rayuwarsa ka kuma koyi yadda za ka sami irin ta. Sa'ad da kuke aiki tare, wataƙila za ku iya samun sabani saboda yadda wasu masu aikin kula suke magance matsaloli ko kuma yadda suke bada muhimmanci ga abubuwa. Amma kada ka bari wadannan bambance-bambance su dame ka. Maimakon haka, ka ɗauki sauran dattawa a matsayin waɗanda Allah ya naɗa domin su yi hidima a ikilisiyarku. Duka wannan wani bangare ne na hikimar dattawa da yawa.

KIWON MAKIYAYA

A babin da ya gabata, an tuna mana cewa dattawa ma suna cikin garken Yesu. Muna kiran wannan "tumaki-a-matsayin-makiyaya" sabanin shugabancin ikilisya. Wannan sabani ya haifar da kyakkyawar tambaya: Idan makiyaya tumaki ne a lokaci guda, wanene yake kiwon makiyayan? Dattawa suna bukatar kulawar makiyayi kamar kowa. Za su iya faɗa wa gwaji, su shiga baƙin ciki, su yi faɗa da juna, su gaji da hidima a ikilisiya, ko kuma su rasa waɗanda suke ƙauna. Ko da ba su cikin matsala, dattawa suna bukatar ci gaba da girma, kamar kowane memba na ikilisiya. Wanene mai kula da ruhaniyarsu?

A nan ma, jam'i ya samar da amsa. Ya zama wajibi makiyaya su yi kiwon makiyaya. Aikin kula da ikilisiya zai ci gaba domin dattawa, a jam'i, suna zama makiyaya ga juna.

Shekaru da yawa da suka wuce, wani ɗan'uwa ya shiga rukunin dattawanmu a karon farko. Cikin wasa na cewa matarsa, "kin shirya domin gwaji?"

"Wanne gwaji?" ta tambaya.

"Gwajin da za ku fuskanta ke da mijinki sa'ad da ya zama dattijo. Ku shirya domin gwaji," na ce mata.

Hakika kamar nayi masa baki. Ya rasa aikinsa sa'ad da yake hidima a matsayin dattijo kuma ya yi fiye da shekara ba shi da aiki. A lokacin wannan "hutu na tilas," sauran dattawa sun yi masa addu'a da kuma ƙarfafa shi. Ta wurin alherin Allah da goyon bayansu, ya fito daga wannan kangi.

Idan kai dattijo ne, ka ɗauki kasada ka bude zuciyarka ga wasu. Kada ka ji tsoron bayyana raunin ku da abubuwan dake

94

baka tsoro, gwagwarmayar ka da zunuban ka. Sauran dattawan ba za su iya yi maka hidima da kyau ba idan ka yi kamar kai baka da wata matsala. Ka gaya musu su yi addu'a musamman akan bukatunka. Kamar yadda na ambata a baya, dattawanmu suna haduwa sau biyu a wata, ɗaya daga cikin wannan haduwa kuma addu'a ce zalla. A lokacin wannan addu'a, muna tambayar yadda za mu iya yi wa juna addu'a. Ƙaramar al'ada ce da ta taimaka mana mu san matsalolin juna.

A wani taron addu'a na dattawa da aka yi shekaru da yawa da suka wuce, lokacin da muka tambayi bukatun juna domin muyi addu'a, ɗaya daga cikin dattawan ya ɗauki abin rufe fuska. Ya faɗi gaskiya game da matsalar dake cikin kasuwancinsa da kuma harkokin kuɗi, da kuma yadda ya ke fama da baƙin ciki. Lokaci ne mai wuya, amma ya buɗe ƙofa. Wasu cikin dattawan sun shiga ta wannan ƙofar kuma suka tattauna game da bukatun dake cikin aurensu. Sa'ad da muka yi addu'a a wannan maraice, ba mu yi hakan a banza ba. Mun yi roƙo ga juna da himma da kuma juyayi.

Idan za ka yi kiwon ikilisiya da kyau, kana bukatar ka kasance a ƙarƙashin jagoranci na ruhaniya. Saboda haka, ka ƙasƙantar da kanka ka kuma ba sauran dattawa dama su kula da kai.

KA WASA ƘARFEN

Mun yi ta duba yadda aiki tare yake sa aikin fasto ya zama mai dorewa, musamman ga dattawa. Aiki tare yana inganta hidimar fasto domin yana kare dattawa daga gajiya ta wurin rarraba nauyin hidima, haɗa iyawa da baiwa, da kuma tallafa wa dattawa a cikin gwaji.

95

Amma akwai wani hadari da makiyaya suke fuskanta: fahariya, sarrafawa, rashin tausayi, rashin kusanci, har ma da cin zarafi. Kamar yadda muka gani a babin da ya gabata, wajibi ne dattawa su yi jagoranci ba tare da nuna iko ba. Yin aiki a cikin jam'i yana bamu kariya daga nuna iko ta wajen samar da damar da dattawa za su yi amfani da wannan sanannen karin magana, "Daga wurin mutane mutane suke koyo, kamar yadda a kan wasa ƙarfe da ƙarfe" (K.Mag. 27:17).

Sa'ad da dattawa ke aiki mai kyau tare, yana da wuya ra'ayoyi ko halayen mutum daya su rinjaya, saboda dattawan suna saba wa juna. Dattawa masu tawali'u suna daidaita wadanda suke da taurin kai. Masu fafutuka suna iza masu bincike zuwa samun matsaya. Dattawa masu karfin bangaskiya suna kiyaye kowace matsaya daga fadawa hadari, yayin da sauran dattawan suke taimaka wa masu mafarki da masu hangen nesa kada su yi abubuwa marasa kyau a ƙarƙashin nasin da ya ce "dogara ga Allah." Irin wannan daidaitawa tana haifar da yanayi wanda yake da wuya ga masu girman kai su jure.

Amma abin da ya fi muhimmanci shine, wannan tsarin yana sa dattawa su yi wa juna gargadi sa'ad da daya daga cikinsu ya yi kuskure.

Taron dattawanmu a wasu lokatai yana yin zafi. (Na fahimci cewa wannan ba ya faruwa a yawancin ikilisiyoyi, don haka kana iya amfani da tunanin ka.) Ikilisiyarmu tana da shugabanni masu ƙarfi wadanda suke da ra'ayoyi masu ƙarfi, da yawa a cikinsu kuma dattawa ne. Lokacin da ƙalubale ya taso yayin taron dattawan, dakin taron kansa yana daukar zafi.

96

Duk da haka, na yi farin cikin ganin yadda dattawa suke tattau-na wa da juna bayan taro. Wani lokaci wani yakan nemi gafara daga wani domin ya yi turjiya sosai. Za su iya zuwa shan shayi daga baya a cikin makon domin su tattauna bambance-bambancensu. A wasu lokatai, wani ɗan'uwa zai iya tsauta wa wani saboda ha-layesnsa a lokacin taro ya kuma gaya masa ya yi gyara ya kuma sauya yadda yake magana. Sababbin dattawa sukan maida martani ga tsofoffin dattawa sa'ad da suka mamaye tattaunawa. Masu aikin kula sukan tashi tsaye a tarurrukan ikilisiya su nemi gafara ga ikil-isiya domin yadda suka yi magana a tarurrukan da suka wuce, sa-boda gargaɗi mai kyau daga 'yan'uwansu masu aikin kula.

Akwai wani dattijo da kullum yakan faɗi ra'ayinsa gaba gaɗi. A gefe guda, abu ne mai kyau da muka same shi a matsayin datti-jo saboda yana taimaka mana kada mu faɗa cikin haɗarin bin ra'ayi guda, godiya ga iyawarsa ta yin tsayin daka akan ra'ayinsa. Na ji daɗin hakan sosai, musamman ma tun da yake ina guje wa jayayya. A wani ɓangare kuma, faɗin ra'ayi kai tsaye zai iya jawo jayayya. Duk da haka, yakan kira ni bayan zaman dattawa ya tambaye ni ko ya wuce gona da iri ko kuma akwai bukatar ya ba da haƙuri. Idan na ce, "I, ka wuce gona da iri" wannan dattijon nan da nan yakan ɗauki mataki ya daidaita al'amura. A cikin shekaru da suka wuce, na lura yana sauya wa zuwa salihi, mai basira, da kuma sanin ya kamata ba tare da ya yi hasarar baiwarsa na faɗin ra'ayinsa gaba gaɗi ba.

KA JI DAƊIN TAFIYAR

Bari in yi magana ta ƙarshe game da jam'in dattawa. Abu ne mai gamsarwa sosai, da farin ciki, a yi kiwon tumaki tare da wasu fiye da zama kyarkecin makiyayi. Sa'ad da na duba baya fiye da shekara goma na hidima ta a matsayin fasto, zan iya cewa ɗaya daga cikin farin ciki mafi girma na hidima ta shine hidima tare da dattawan ikilisiya na. Waɗannan mutane sun zama 'yan'uwa a gare ni da kuma ga juna. Mun yi dariya mun kuma yi kuka tare. Mun yi nasara tare mun kuma yi addu'a tare sa'ad da muke fuskantar matsaloli masu tsanani. Sun kasance tare da ni a lokuta masu wuya na hidimata. Sau da yawa, na yi musu jagoranci da kyau. A wasu lokutan kuma, sun ɗaga ni sun kuma ɗauke ni har na tsaya da ƙafafu na.

Idan kana cikin ikilisiyar da ke da fasto kadai ba tare da dattawa ba, ina roƙon ka ka yi amfani da duk wani tasiri da kake da shi domin ka iza ikilisiyarka ta nada masu aikin kula. Ba wai kawai tsarin fasto ɗaya ba daidai ba ne bisa ga Littafi Mai Tsarki, amma tsarinku na yanzu yana hana fastonku samun goyon baya mai muhimmanci da gamsuwa mai zurfi. Bayan haka, yana hana sauran membobin ikilisiya samun isassar kulawar makiyaya, da kuma farin cikin ganin mutane suna bunƙasa a matsayin shugabanni. Akwai kuma mutane a cikin ikilisiyarku da suka rasa zarafin samun ci gaba da za su samu idan suka zama dattawa.

Kuna bukatar dattawa (jam'i). Wannan shine shirin Yesu domin ci gaba mai dorewa da ingantaccen kiwo a cikin ikilisiyoyinsa.

7

BARIN GURBI NA YIN GIRMA

A safiyar ranar 1 ga watan Janairu, 1996, na zauna a ofishina a
matsayin sabon mataimakin fasto na wucin gadi a ikilisiyar South
Shore Baptist Church. Babu abin da ke nuna mahimmanci da tab-
bacin samun aiki kamar taken "mataimakin fasto na wucin gadi."

Amma a wannan safiya, ina farin ciki ne kawai domin na
gama makaranta da kuma samun aiki na ainihi a cikin hidima. Na
kammala karatu na a makarantar tauhidi makonni kaɗan da suka
shige, na kammala shekaru biyu da rabi na karatun digiri na biyu.
Kafin in shiga makarantar tauhidi kuma, na yi shekara huɗu na
karatun digiri na farko a nazarin Littafi Mai Tsarki. Da yake na yi
shekaru shida ina karatu ba tare da tsaya wa ba, lalle ina da dukan
abubuwan da ake bukata domin zama fasto: digiri biyu a fannin
tauhidi, tarin littattafan sharhi akan Littafi Mai Tsarki, da kuma
wa'azin da na shirya a lokacin da nake ajin koyon wa'azi. Me
kuma nake bukata?

Akwai wani "karamin" abu da na rasa: Ina bukatar wani ya
nuna min ainihin yadda ake jagorancin ikilisiya.

Sai Allah ya ba ni Ray.

Ikilisiyar ta ɗauki Ray aiki a matsayin fasto na wucin gadi
makonni kaɗan kafin su kira ni. Ray tsohon fasto ne mai basira a
New England wanda, a cikin shekara daya da rabi, ya koya mini

yadda ake kula da ikilisiya. Na lura yana tafiyar dattawanmu yadda ya kamata. Na kasance a zamansa na ba da shawarwari a matsayin fasto na kuma bi shi zuwa ziyara a asibitoci. Ya ba ni takardu domin bukukuwan aure da kuma jana'iza waɗanda har yanzu ina amfani da su. Na ga yadda aikin fasto mai inganci yake. Wani lokaci a cikin wasa nakan ce idan na yi wani abu daidai a hidimar fasto, saboda na kwaikwayi Ray ne, idan kuma na yi wani abu ba daidai ba, saboda na yi kirkira ne.

Amma fiye da koyar da ni dabarun hidim, Ray ya nuna mini halaye da kuma zuciya irin ta fasto. Ya nuna haƙuri ta wajen kawo sauyi a hankali yadda ikilisiya zata iya ɗauka. Ya nuna halin kirki, tawali'u, da kuma farin ciki, har ma a lokacin da abubuwa ba su tafi yadda yake so ba. Ya dogara ga Allah ya magance matsaloli da yawa ta wurin addu'a. Fiye da kome kuma, Ray yana ƙaunar mutane, sun kuma san haka. A ƙarshe, Ray ba kawai ya nuna mini yadda zan zama fasto ba, amma ya nuna wa dukan ikilisya yadda za ta bi Yesu.

YI KOYI DA NI

Zama na da Ray ya sa na tuna da abin da Bulus ya gaya wa ikilisiyar da ke Koranti: "Ku yi koyi da ni kamar yadda nake koyi da Almasihu" (1 Kor. 11:1). Wannan baƙon abu ne a gare ka? Ka taɓa gaya wa wani Krista cewa ya yi koyi da yadda ka ke koyi da Yesu? Wannan yana kama da girmn kai. Ka yi tunanin kanka kana gaya wa wadanda kuke nazarin Littafi Mai Tsarki tare ko kuma 'yan ikilisiyar ku cewa, "Ina so ku san cewa ina bin Yesu da kyau, saboda haka ya kamata ku yi koyi da ni." Wataƙila wannan ayar

100

furuci ne da Bulus ne kaɗai zai iya furtawa. Hakika, shi manzo ne. Zai iya furta manyan abubuwa kamar "yi koyi da ni."

Amma Bulus bai tsaya a nan ba. Ba "ku yi koyi da ni" kawai ya ce ba, ya kuma bukaci ikilisiyar da ke Filibi ta mai da hankali ga waɗanda suka yi koyi da shi: "Ya ku 'yan'uwa, ku yi koyi da ni dukanku baki ɗaya, ku kuma dubi waɗanda zamansu yake daidai da gurbin da muka bar muku" (Fili. 3:17). Ka lura da kalmar ƙarshe a wannan ayar? Ya ce "mu" maimakon "ni." A cikin Filibiyawa "mu" na nufin Bulus da Timoti (1:1). Saboda haka, ba Bulus kaɗai ba ne ya zama abin koyi, amma har da Timoti da kuma Krista da ke Filibi da suka yi koyi da rayuwar Bulus da Timoti.

A cikin wasiƙarsa zuwa ga Timoti, Bulus ya umurci almajirinsa mai tasowa ya zama abin koyi: "Kada ka yarda kowa yă raina ƙuruciyarka, sai dai ka zama gurbi ga masu ba da gaskiya ta wurin magana, da hali, da ƙauna, da bangaskiya, da kuma tsarkaka" (1 Tim. 4:12).

Idan zama misali wanda za a yi koyi da shi ba matsayi ne ga manzanni masu tsarki kadai ba fa? Idan yin koyi da bin gurbi abubuwa ne guda biyu da suka kafa tsari na almajirantarwar Krista fa? Idan abin da muke bukata a zahiri domin girma shine Ray da Timoti domin kafa misalai a ikilisiyoyinmu fa?

Hakan zai yi daidai, ganin yadda Allah ya halicce mu domin mu koyi abubuwa. Tun muna kanana, muna koyon yin magana, halaye, da kuma aiwatarwa ta wajen koyi da waɗanda suke kewaye da mu. Kowane uba ya sami kansa a lokacin mai ban tsoro na jin kalmominsa suna fitowa daga bakin ɗansa. Iyaye mata suna damuwa game da waɗanda 'ya'yansu za su zaɓa a matsayin

101

abokansu, domin sun fahimci karfin koyi da abokansu. Har a lokacin da muka girma, muna koyon yadda ake furta kalmomi, yadda ake amfani da kalamai, yaren fuska, raha, zaben abubuwa, halaye, da kuma abubuwan da muke sha'awa daga wasu. Wannan shine dalilin da ya sa ma'auratan da suka yi shekaru hamsin tare suke zama kamar mutum ɗaya.

Wannan tsari na zama gurbi da kwaikwayo, misali da yin koyi, ya shafi almajiranci na Krista. Koda yake, rayuwar Krista ba ta farawa da kwaikwayo; tana farawa ne da mu'ujiza. Almajirci yana farawa lokacin da mai zunubi ya ji bishara Ruhu Mai Tsarki kuma ya sauya zuciyarsa ta wajen sauraro. A sakamakon haka, mai zunubin zai tuba daga zunubinsa ya kuma gaskata cewa Yesu ya mutu ya kuma tashi daga matattu domin ya cece shi. An sake haifuwarsa ta wurin ikon Allah, shelarsa ta farko ita ce "Yesu Ubangiji ne!" Wajibi ne a sake haihuwar mutum kamin ya shiga mulkin Allah. Babu wanda zai iya yin koyi da shi daga rashin bangaskiya zuwa bangaskiya.

Amma yanzu, jaririnmu na ruhaniya haifaffe daga sama wajibi ne ya girma zuwa kamannin Almasihu. Ta yaya hakan zai faru? Ya ƙunshi abubuwa da yawa, kamar samun ciyarwa daga Kalmar Allah. Amma yana bukatar wani abu dabam. Sabon haihuwarmu na Allah yana bukatar iyali inda zai iya koya daga wasu yadda zai yi tafiya tare da Yesu. Yana bukatar ikilisiya.

Ikilisiya mai koshin lafiya tana ƙulla dangantaka mai karfi ta yin koyi da juna. Ta wajen zama memba na ƙungiyar bishara, sabon tuba zai iya gwada abubuwa da wasu sababbin tuba waɗanda suke bin gurbin rayuwa mai ban mamaki, ta mabiyin Yesu da aka gafarta wa. Tana iya koya daga sauran sababbin tuna wadanda suke bin gurbin kyakkyawar rayuwa ta mai bin Yesu wanda ya sami gafara. Zai iya koya daga 'yanuwa da suka dade cikin bin Yesu, ta dalilin haka, sun nasara akan zunubi ta wurin ikon Ruhu suka kuma magance wasu manyan matsaloli na rayuwa ta wurin dogara ga alherin Allah. Zai ma iya samun wasu iyaye masu tsoron Allah, kamar manzo Bulus da kuma Fasto Ray, wadanda zasu iza shi ya yi addu'a cewa, "Ubangiji, ka taimake ni in zama kamar wannan mutumin." Ba kawai koyarwa mai ƙarfi da wa'azi game da rayuwar Kristi mai biyayya muke buƙata ba, amma muna buƙatar ganin tsarki a aikace. Muna girma ta wajen yin koyi, kamar yadda manzanni suka yi koyi da Yesu, kamar yadda Timoti ya yi koyi da Bulus, kamar yadda kuma Jeramie ya yi koyi da Ray.

KIWO TA WAJEN KASANCEWA

To, ta yaya wannan ya shafi dattawa? Ya kamata wannan littafin ya zama bayani akan ayyukan masu aikin kula. A ina suka shiga cikin wannan batu na yin koyi da bin gurbi?

Abu ne mai sauƙi: Allah ya kira dattawa su zama mutanen da ya kamata a yi koyi da su.

Ikilisiya mai kyau yawanci tana da mutane da yawa, maza da mata, wadanda za mu iya bin gurbin su. Amma lokacin da ikilisiya ta nada mutum domin ya zama mai aikin kula, a hukunce tana cewa, "Wannan mai matsayi ne, wanda ikilisiya ta sani a matsayin cikakken mabiyin Yesu." Ba shi kadai ba ne misali, ba shi ne misali mafi dacewa ba, ba kuma lallai ya zama misali mafi kyau a cikin ikilisiyar ga kowane hali mai kyau na Krista ba.

Amma duk da haka zama dattijo misali ne mai kyau. Ta wajen tabbatar da wani a matsayin dattijo, ikilisiya tana cewa, "Ku yi koyi da shi kamar yadda ya ke koyi da Almasihu." Ya kamata ikilisiya ta iya kai sabon tuba wurin dattijo ta ce: "Kana so ka san yadda Krista na gaskiya ya ke? To ka dube shi."

Wato, zamu iya cewa aikin dattijo ya ƙunshi yin kiwon tumaki ta wurin kasancewa da kuma ta wurin aikatawa. Dattawa suna kula da ikilisiyoyi ba kawai ta abin da suke yi ba amma kuma ta yadda suke. Ba tare da kasancewa ba, ayyukan ba za su tafi daidai ba.

Bari mu sake yin waiwaye akan fasalolin aikin dattijo da muka tattauna a babuka da suka gabata. Ka lura da yadda za a iya cimma kowane fanni na wannan jerin ayyuka idan dattijon ya cika kiransa. A taƙaice, hali irin na Almasihu abu ne mai muhimmanci a hidimar fasto.

A babi na 2, mun taƙaita duka aikin dattijo ga jagorantar membobin ikilisiya zuwa ga girma cikin Almasihu. Dattawa fastoci ne waɗanda suke aiki a cikin rayuwar membobin ikilisiya don taimaka musu su girma tare da juna cikin kamannin Yesu.

Amma idan dattijo shi kansa bai girma ba, ta yaya zai jagoranci wasu zuwa cikakkiyar ibada ga Allah? Kamar yadda ba za ka ɗauki mai ba da shawara akan hidimar kuɗi wanda ya ɓatar da dukiyarsa ta wurin yanke shawara marar kyau ba, kamar kuma yadda mai bada horo a wasan motsa jiki wanda ba shi siffa mai kyau ba zai iya baka karfin gwiwa ba, haka ma dattijo marar tsoron Allah, mai son kai, wanda ya ce "Ka yi koyi da ni" mutane kalilan ne za su amince da shi. Za ka iya kawo wasu ga Amasihu idan ka iya kai kanka.

Babi na 3 ya bayyana aikin koyarwa. Dattawa suna bayyana gaskiyar Littafi Mai Tsarki suna kuma ƙaryata koyarwar ƙarya. Amma idan rayuwar malamin ta saɓa wa koyarwarsa fa? Kusan duka mutane za su daina sauraro. Mutane ba su da haƙuri sosai akan irin malamai da ke fadin "Yi abin da na ce, ba abin da nake aikatawa ba." Mafi muni ma, munafukan malamai na mutanen Allah wajibi ne su fuskanci Allah. Wannan ya sa Yakubu ya yi gargadin cewa, "Ya ku 'yan'uwana, kada yawancinku su zama masu koyarwa, domin kun sani, mu da muke koyarwa za a yi mana shari'a da ƙididdiga mafi tsanani" (Yakubu 3:1).

Amma sa'ad da fasto ya haɗa koyarwa mai kyau da rayuwa mai kyau, ba zai taɓa rasa garke masu kwazo ba. Lokacin da na yi tunani game da hidimar koyarwa ta Ray a matsayin fastonmu na wucin gadi, wa'azinsa ɗaya ya yi fice. A makon Ista, Ray ya yi koyarwa daga Yahaya 13 game da wanke ƙafafun almajiransa da Yesu ya yi. Nakan tuna da wannan wa'azin domin dalilai biyu. Na farko, wa'azi ne mai kyau. Ray yayi magana a fili da kuma izawa game da zaman Yesu bawa, ba kawai wanke ƙafafu ba amma a cikin tafiya zuwa gicciye domin ya wanke zunubai. Ray ya kira ikilisiyarmu zuwa irin wannan hidima ta tawali'u ga juna a cikin hasken bishara.

Na biyu, wataƙila kuma mafi muhimmanci, na tuna da wannan wa'azi domin yayin da na saurari kalmomi game da zama bawa, na ga tawali'u, hidima, da sadaukar da kai daga mutumin da ya yi wa'azin. Halin Krista na Ray ya tilasta mini in saurari saƙonsa.

A babi na 4, mun duba hakkin dattijo mai wuya na neman waɗanda suka bace. Aiki ne mai wahala saboda membobin da bar ikilisiya galibi suna da rauni. A sakamakon haka, sau da yawa yana yi musu wuya su amince da wasu. Saboda haka, sa'ad da makiyayi mai abin zargi ya bi tumakin da suka ɓace akwai yiwuyar su gudu. Ta yaya tumaki za su ɗauki ƙoƙarin makiyayi na "kula" da su da muhimmanci idan dattijon ba zai iya kula da kansa ba?

Bari mu ci gaba. Idan munafuncin fasto ya bayyana har a wajen ikilisiya, zai hana wasu su yi marmarin kawo ziyara a ranar Lahadi. "Banda haka kuma, lalle ne yǎ zama mai mutunci ga waɗanda ba su a cikinmu, don kada yǎ zama abin zargi, yǎ faɗa a cikin tarkon Iblis" (1 Tim. 3:7).

A babi na 5, mun yi fama da matsaloli tsakanin shugabanci gaba gadi amma kuma da tawal'u. Bayan haka, halin kirki shi ne mabudi. Kamar yadda Bitrus ya ce, " ku yi kiwon garken Allah da yake tare da ku . . . kada ku nuna wa waɗanda suke hannunku iko, sai dai ku zama abin koyi ga garken nan" (1 Bit. 5:2–3). Kasancewa abin koyi shine maganin zalunci. Sa'ad da dattawa suke rayuwa cikin ƙauna kamar Yesu, ba za a zarge su da girman kai ko kuma nuna iko ba. Maimakon haka, za su kasance da tawali'u irin na Yesu wanda ke ba su ikon da ikilisiya bukata. Ya zama wajibi dattawa su zama abin misali idan suna so su yi shugabanci.

A ƙarshe, mun tattauna batun jam'in dattawa a babi na 6. Masu aikin kula suna kafa misali ba kawai a matsayin daidaikun mutane ba amma a matsayin rukuni. Ka yi tunanin rukunin dattawanku a matsayin ikilisiya. Yadda makiyaya suke mu'amulla da juna, suke magance matsaloli, suke ƙoƙari su kasance da haɗin kai, suna kuma fuskantar ƙalubale tare ya kamata ya zama misali mai kyau da dukan ikilisiya za su yi koyi da shi. Ya kamata rukunin dattawa su iya cewa tare, "Ku yi koyi da mu kamar yadda muke yin koyi da Almasihu tare."

Na taɓa koyar da darasi game da zama dattijo bisa ga Littafi Mai Tsarki a ikilisiyarmu. A wani bangare na koyarwar, mun je "ziyarar gani da ido" a lokacin zama na dattawa. Bayan haka, ɗaliban suka tattauna abin da suka gani a tsakaninsu. Sun yi jinjina game da ƙauna, tawali'u, da kuma halin kirki da suka ga dattawan suna nuna wa juna, da kuma yadda dattawan suka nuna damuwa ta gaske sa'ad da suka yi addu'a domin membobin ikilisiya. Wasu a cikin ajin sun yi tsammanin ganin wani abu dabam daga dattawan a wannan zaman, wani abu mafi girma, na hadin gwiwa, mai tsoratarwa. Maimakon haka, sun ga wani abu a cikin hulɗar dattawan mai kama da Yesu. Wannan dare ne mai mahimmanci ga dattawanmu.

Ka ga yadda ya kamata halin kirki ya shafi kowane aiki da dattijo zai yi? Amma idan dattijo ya yi abin da zai bata kimarsa ta wurin rashin biyayya ga Ubangiji, hidimarsa za ta mutu. Tafiyar dattijo tare da Yesu ita ce igiyar da aka ɗaura lu'ulu'u na aikinsa. Idan aka yanke wannan igiya lu'ulu'un zai zube a ƙasa ya warwatse ko'ina. Dattijo zai iya kasancewa da basira, ƙwarewa, da kuma kwarjini, amma idan bai wakilci Yesu da kyau ba, rashin girmansa zai sa baiwarsa ta zama banza. *Kasancewar* dattijo tana ba da tabbaci da iko ga *aikatawarsa*. Wannan ya bayyana dalilin da ya sa Littafi Mai Tsarki ya bayyana jerin abubuwa da yawa da ake bukata daga dattawa, kamar yadda aka gani a babi na 1. Da kuma abin da ya sa wadannan abubuwa suka danganci zama abin koyi. Wajibi ne dattijo ya zama "marar abin zargi" (1 Tim. 3:2). Duka hidimarsa ta dogara a kansu.

KA KULA DA RAYUWARKA

Tun da mun tattauna muhimmancin zama dattawa abin koyi ga ikilisiya, ba za mu iya ƙarƙare wannan babi ba tare da ƙarawa wani muhimmin abu na aikin dattijo ba: wajibi ne kowane dattijo ya ci gaba da bidar tsarki, ƙauna, da kuma girma na ruhaniya. Dattawa suna bukatar su yi kama da Yesu domin su yi shugabanci kamar Yesu.

Bulus ya gaya wa Timoti cewa: "Ka kula da kanka da kuma koyarwarka. Ka nace da haka, domin ta yin haka za ka ceci kanka da masu sauraronka" (1 Tim. 4:16). Wannan magana ce mai mahimmanci da kuma aiki mai girma. Bulus yana cewa fasto yana da wani matsayi da Allah ya ba shi a ceton ransa da na wasu ta wajen kula da rayuwarsa da kuma koyarwarsa.

Bangaren koyarwa ba zai zama da ban mamaki ba. Mutane suna samun ceto ta wurin jin bishara da aka koyar daga Littafi Mai Tsarki, domin haka, idan shugaban ikilisiya ya kare koyarwarsa daga kuskure, to wannan koyarwar na iya zama hanyar samun alheri na ceton Allah.

Amma rayuwar makiyayin fa? Ta wurin kula da rayuwarsa da kuma zama "gurbi ga masu ba da gaskiya ta wurin magana, da hali, da ƙauna, da bangaskiya, da kuma tsarkaka" (aya 12), yana taka rawa a ceton kansa da na mutanen da ke cikin ikilisiyarsa. Ruhun Allah yana amfani da rayuwa mai kyau ta mai aikin kula wurin ceton wasu a cikin ikilisiya. Saboda haka, bin gurbi da kuma yin koyi ba zaɓi ba ne. Suna da muhimmanci ga yadda muke samun ci gaba na ruhaniya tare a cikin ikilisiya.

Domin haka, ɗan'uwa dattijo, sama da komai, ka kula da rayuwarka. Idan kana fata kamar Bulus kaima ka ce, "Ku yi koyi da ni kamar yadda nake koyi da Almasihu" (1 Kor. 11:1), to wajibi ne ka fara yin shela tare da shi cewa, "Ina azabta jikina ne, don in bautar da shi, kada bayan da na yi wa waɗansu wa'azi, ni da kaina a yar da ni" (1 Kor. 9:27).

Ka san kanka da kuma rashin cancantarka. Ka lura da wuraren da ke cikin zuciyarka, inda jarabobi suke kai hari. Ka ci gaba da yin yaƙi da zunubi ka kuma kashe shi ta wurin ikon Ruhu a duk inda ka same shi (Rom. 8:13). Ka ci gaba da tafiya cikin Ruhu (Gal 5:16) domin ayyukan jiki su lalace 'ya'yan Ruhu kuma su yi girma (aya 19–23). Ka bari Kalmar Allah ta gyara tunaninka domin ka ci gaba da ɗaukar sabon halin nan da aka halitta (Afi. 4:22–24). Kowace rana ka miƙa jikinka hadaya rayayyiya (Rom. 12:1–2).

SAMUN CI GABA TA WURIN BISHARA

Kada ka ɗauka cewa tun da ka zama dattijo, ka riga ka cimma burinka. Akasin haka ne kawai: ya kamata zama mai aikin kula da ikilisiya ya ba ka sabon kuzari domin ci gaba da yin koyi da Yesu.

Ba dattijo mai tsoron Allah kadai ikilisiyarka ta ke bukatar gani ba, amma dattijo wanda yake girma. Bulus bai gaya wa Timoti ya kula da rayuwarsa kadai ba, amma har ma da inganta jama'a: "Ka nace da haka, domin ta yin haka za ka ceci kanka da masu sauraronka" (1 Tim. 4:16). Wannan na abin sha'awa ba ne? Ikilisiyarka tana bukatar ta ga ci gaba, ba kamilta ba. Yesu ya riga ya cika kome. Ikklisiya tana buƙatar yin koyi ba kawai da matakin da kuka girma a cikin Almasihu ba, amma, mai mahimmanci kuma, gaskiyar cewa har yanzu kuna girma.

Wato, Ikilisiya tana bukatar ganin bishara har yanzu tana kawo sauyi a rayuwarka. Tumakin suna bukatar su san cewa kai kanka kana tuba daga zunubi a kai a kai. Suna bukatar su ji kana addu'a domin ikon tashin Yesu daga matattu a kan rayuwarka. Suna bukatar su san cewa kana karanta Littafi Mai Tsarki kana kuma yin addu'a a kowace rana, ba domin kai ne babban tsarkaka na ikilisiya ba, amma domin ka koyi cewa ba tare da ciyarwa ta kullum ba ba za ka sami ƙarfin yin tsayayya da jaraba ko kuma bauta wa Ubangiji a kowacce rana ba.

Ta wajen yin koyi da ci gaban da bishara ke kawo wa, zaka rika sa membobin ikilisya a gaba: zaka rika ɗaga idanunsu ga Yesu, Wanda muke sauya wa zuwa kamanninsa.

8

KA YI ROƘO DOMIN GARKEN

A cikin babuba bakwai da suka gabata, mun duba yadda Littafi Mai Tsarki ya bayyana aikin dattawa. A ƙoƙarin taƙaita wannan bayanin aikin, mun ce akan kiwon membobin ikilisiya ne zuwa ga girma cikin Almasihu. Duk da haka, za mu iya cewa an kira dattawa su yi *kiwon ikilisiyoyi kamar yadda Yesu ya yi*.

Aikin dattijo yana kama da hidimar Yesu ga almajiransa. Yesu ya koyar da Kalmar Allah; dattawa sun ci gaba da koyar da wannan Kalmar. Yesu ya zo daga sama domin ya nema ya kuma ceci ɓatattu; dattawa ma suna neman waɗanda suka ɓace, a wasu lokatai ta wajen sadaukarwa. Yesu ya dauki kamannin Allah, shi ya sa dattawa suke ƙoƙari su yi koyi da Yesu ta yadda za su zama abin koyi ga 'yan'uwa a cikin ikilisiya. Dattawa suna kiwon ikilisiyoyi kamar Yesu ta wajen koyarwa, shugabanci, biɗa, hidima, da kuma zama abin koyi kamar Yesu.

Amma mun manta da wani abu. Wajibi ne dattawa su yi koyi da dayan "bangaren" na hidimar Yesu. Yin kiwo kamar Yesu na nufin yin addu'a kamar Yesu:

Amma duk da haka labarinsa sai ƙara yaɗuwa yake yi, har taro masu yawan gaske suka yi ta zuwa domin su saurare shi, a kuma warkar da su daga rashin lafiyarsu. Amma shi, sai ya riƙa keɓanta a wuraren da ba kowa, yana addu'a. (Luka 5:15–16).

Waɗannan ayoyin sun taƙaita hidimar Yesu har zuwa abin da yafi kauna. Rabin farko na taƙaitawar mun saba da shi, hidimarsa ga jama'a, domin an dauki lokaci mai yawa wajen bayyana shi a cikin Litattafan Bishara. Sau da yawa muna ganin Yesu yana ko-yarwa, yana yin mu'ujizai, yana hidima a tsakanin mutane.

Amma dayan rabin taƙaitawar kuma fa, sashen da ya kwatanta yadda Yesu yakan keɓe kansa domin ya yi addu'a? Ba mu san wannan bangaren sosai ba, saboda marubutan litattafan Bishara ba su shiga da zurfi cikin rayuwar Yesu ta addu'a ba. Amma idan muka mai da hankali, za mu iya ganin wannan sashe na hidimar Yesu mai muhimmanci a wurare da yawa. Bari mu tsaya ga rubuce-rubucen Luka:

- Yesu ya yi addu'a a lokacin baftismarsa, a lokacin ne sama ta buɗe, Ruhu Mai Tsarki ya sauko, Uba kuma ya yi magana (3:21–22).
- Yesu ya soma hidimarsa a Kafarnahum ya keɓanta a wurin da ba kowa, domin ya yi addu'a (4:42; cf. 5:16).
- Ya shafe dukan dare a waje yana addu'a kafin ya zaɓi mazannin goma sha biyu (6:12).
- Yesu ya yi addu'a a sirrince tare da almajiran (9:18), har ma ya ɗauki Bitrus, Yakubu, da Yahaya ya hau dutse domin ya yi addu'a, inda suka ga kamarsa ta sāke (9:28).

- Misalin Yesu na addu'a ya sa almajiran suka roƙe shi ya koya musu yin addu'a (11:1), sai ya koya masu Addu'ar Ubangiji.
- Ya ba da misalin gwauruwa mai naciya domin ya ƙarfafa su "kullum su yi addu'a, kada kuma su karai" (18:1).
- Sa'o'i kaɗan kafin a gicciye shi, Yesu ya yi nasara akan jaraba a Gatsemani ta wurin roƙon Uba (22:39–44).
- A littafi na gaba bayan Luka, littafin Ayyukan Manzanni, manzannin "da nufi ɗaya suka nace da addu'a" bayan tafiyar Yesu (1:14).
- Bayan an kafa ikilisiya yawan masu bi kuma ya karu, manzannin sun lura cewa kula da bukatun ikilisiya ya rage lokacin yin addu'a. Domin haka suka ba da shawarar nada mutane bakwai domin magance buƙatun gudanarwa na ikilisiya (6:1–3). Me manzannin za su yi da wannan lokaci da kuma karfin da ya dawo? Suka ce, "Mu kuwa sai mu nace da yin addu'a da kuma koyar da Maganar" (aya 4).

Manzannin sun ci gaba da bin gurbin Yesu, hidimar da ta ƙunshi abubuwa biyu, wa'azi da addu'a.

Baƙon abu ne a gare ka cewa manzannin, har ma da Ubangiji Yesu, sun ba da ƙarfinsu sosai ga yin addu'a da zuciya ɗaya? Tattaunawa da Uba tana shafar rayuwarka da kuma hidimarka kamar yadda ta shafi rayuwar Yesu da manzanninsa?

RAYUWA TA ADDU'A

Al'adarmu ta addu'a ba kawai tana buƙatar a ci gaba da gudanar da ita kamar irin ta tarayyar Yesu da Uba ba, amma ya kamata a ci gaba da yin ta bisa ga buƙatar aikin kiwon kansa. Hidimar fasto na iya sa wa ka durƙusa, ta wata hanya ko wata.

Ina fata cewa a daidai wannan lokacin ka shiga fargaba ta zama mai aikin kula da ikilisiya. Aikin yana da wuya sosai. Koyarwa, jagoranci, fuskantar abubuwa, cimma buri, da kuma shugabantar mutane yana ɗaukar lokaci mai yawa yana kuma iya zama da gajiyar wa. Komai yawan aikin da fasto ya yi, akwai abubuwa da yawa da ba a yi ba. Kowane lokaci dattijo zai iya kiran wani a waya, ya almajirtar da wani, ko kuma ya gayyaci wani ya ci abinci tare da shi. Ta yaya makiyayi zai bayyana wannan kalma *kammalawa*?

Wannan shi ya sa dattawa cikin sauƙi suka koma ga yin koyi. Ya fi sauƙi mutum ya zauna a tebur na 'yan sa'o'i, ya tattauna wasu manufofi, da kuma jefa kuri'u. "Kammalawa" shine lokacin da aka dakatar da zama/taro. Amma lokacin da ka bada kai domin yin hidima ga mutane, ko kai ma'aikaci ne da ake biya ko kuma mai aiki kula, za ka fuskanci kasawa, ƙarfi, ilimi, da baiwa. Da fatan, wannan gwagwarmaya ta iza ka domin neman taimako a wurin Allah. Ga dattawa, addu'a ba wajibi ba ce kawai, amma tana da mahimmanci domin tsira.

Amma ba yanayin aikin ba ne kawai ya kamata ya iza dattawa domin su yi addu'a, amma manufar aikin. Kamar yadda muka gani a babi na 2, dattawa suna da manufar sa membobin ikilisiya su yi girma cikin Almasihu, duk da haka ba su da iko su sa wani ya yi girma a ruhaniya. Masu aikin kula za su iya koyar da Littafi Mai Tsarki, amma ba za su iya tilasta wa mutane su yi biyayya da shi daga zuciya ba. Dattijo zai iya ƙarfafa waɗanda suke faɗa su sasanta, amma ba zai iya sa su su gafarta wa juna ba. Allah ya ba dattawa manufa wacce shi kaɗai ne zai iya cimma ta. Kamar yadda Bulus ya tunatar da Ikilisiyar Koranti masu bautawa makiyayi: "Ni na yi shuka, Afolos ya yi banruwa, amma Allah ne ya girmar. Don haka da mai shukar, da mai banruwan, ba a bakin kome suke ba, sai dai Allah kaɗai, shi da ya girmar" (1 Kor. 3:6–7).

Ya kamata kasawarmu ta ruhaniya ta iza mu mu yi addu'a domin ikon Allah ya kawo girma a cikin ikilisiyoyinmu. Kamar Iliya, zamu iya gyara bagadi mu kuma shirya hadaya, amma wajibi ne Allah ya saukar da wutar Ruhunsa zuwa cikin zukatan mutane da kuma rayuwarsu (duba 1 Sarakuna 18:30–39).

Idan wahalar aiki da kuma ƙa'idodin aikin dattijo basu isa su sa mu mu roƙi sama domin taimako ba, kallo ɗaya a cikin madubi ya kamata ya yi hakan. Duk wani dattijo da yake da ɗan fahimi ya san cewa zunubi zai iya kawo cikas ga hidimarsa. Sa'ad da ya buɗe Littafi Mai Tsarki ya ga zuciyarsa a cikin yaudarar Ibrahim, sha'awar Dauda, baƙin ciki na Iliya, girman kai na Hezekiya, da cin amana ta Bitrus. Idan kuma hakan bai isa ba, ya karanta cewa akwai zaki wanda yake yawo yana neman ɗan rago (1 Bit. 5:8). Sa'ad da dattijo ya fahimci cewa shi kansa yana jin ƙishi, rauni, yawo, tunkiya ce da ake farauta, zai yi kuka na neman taimako daga Makiyayi Mai Kyau.

Hakika, misalin Yesu ya iza mu dattawa mu rika yin addu'a. Amma bukatun hidimar fasto da kuma kasawarmu ya kamata su iza mu mu roƙi Yesu ya yi abin da ba zai yiwu ba. Masu aikin kula ba sa yin addu'a kawai domin su yi kiwo kamar Yesu, muna

115

addu'a ne domin muna bukatar Yesu ya yi kiwo ta wurinmu ya kuma yi kiwonmu. Hidimar dattijo ta ta'allaka ga addu'a.

YIN ADDU'A

Da me hidimar dattijo da ta ta'allaka ga addu'a take kama? Ta yaya dattawa da Yesu ya iza ya kuma ba su himma a cikin aikinsu suke ƙara yawan addu'o'i?

Kada ka ɗauki addu'a a matsayin wani abu da za ka ƙara a kan jadawalin ayyukanka da ka riga ka tsara. Maimakon haka, ka dauke ta a matsayin wani tsarin aiki wanda ke tafiyar da duka ayyukan ka. Kamar yadda Bulus ya ce, "ku yi addu'a ba fasawa" (1 Tas. 5:17). Addu'a tana da amfani sosai sa'ad da ta ƙunshi furcin dogara ga Allah. Kamar halin mutum, ya kamata addu'a ta gudana ta cikin duka ayyukansa dattijo. Ya kamata ta zama numfashi na ruhaniya wanda ke kawo rayuwar Ruhu ga rayuwarmu da kuma ayyukanmu.

Ga hanyoyi huɗu da za ku iya amfani da su domin dora kowane aiki na dattijo akan addu'a.

Addu'a Domin Jama'a

Ka yi ƙoƙari ka yi amfani da kowane lokaci na shugabancin jama'a a matsayin hujja domin yin addu'a. Ka zama mai amfani da kowane zarafi domin yin addu'a. Ko kana ba da Jibin Ubangiji, koyar da aji na makarantar Lahadi, yin magana a taron horar da ma'aikata, ko jagorantar taron ikilisiya, yi amfani da ikonka na lokacin domin yin addu'a a madadin duka jama'ar da suke tare da kai. Sa'ad da kake tare da sauran membobin ikilisiya a wani zama

116

na warware matsaloli, ka zama mutumin da zai ce, "ya kamata mu dakata mu nemi taimakon Allah." Idan ka nemi zarafi a cikin ikilisiyarku domin yin addu'a, babu wanda zai ƙi.

Baya ga darajar addu'ar kanta, shigar da addu'a a cikin taron jama'a zai ba ka damar koya wa mutane yadda ake yin addu'a ta wajen zama abin koyi. Saboda haka, yayin da kake addu'a a madadin taron jama'a, ka yi ƙoƙari yi addu'a ga kowa daga zuciyarka. Ka tabbata ka yi addu'a ba kawai domin bukatun ɗaiɗaikun mutane a cikin ikilisiyar ba, amma ga ikilisiya da kuma kafa sababbin ikilisiyoyi a yankinku. Kada ka yi addu'a domin zaɓen da ke zuwa a ƙasarku kawai, amma ka ɗaga aikin bishara zuwa dukan duniya. Yi addu'a don abincin yini, amma kada ka manta ka yi roƙo domin Mulkin Allah ya zo a kuma aikata nufinsa. Ka kuma yi ƙoƙari ka fara addu'arka yadda yawancin addu'o'i a cikin Littafi Mai Tsarki suka fara, wato, ta ɗaukaka halayen Allah da ayyukansa: "A kiyaye sunanka da tsarki"! (Mat. 6:9). Da yardar Allah, mutane za su yi koyi da addu'o'inka kamar yadda ka yi koyi da tsarin Littafi Mai Tsarki.

Sa'ad da ka yi addu'a a gaban jama'a, ba kawai kana nuna yadda ake yin addu'a ba, amma kana nuna hali na dangana. Idan shugaba na ruhaniya ya ce, "Muna bukatar taimakon Allah," yana aika saƙo mai ƙarfi ga mabiyan. Yin addu'a a gaban jama'a wata hanya ce ta shugabanci ba tare da nuna iko ba.

Sa'ad da nake makarantar tauhidi, na yi karatu a ƙarƙashin wani malami mai suna Meredith Kline. A lokacin da na ɗauki darasinsa, ya kusan yin ritaya. Ana yaba wa Kline domin iliminsa a fannin tauhidin Littafi Mai Tsarki. Yana da sha'awar fahimta da kuma bayyana yadda dukan labarin Littafi Mai Tsarki ya tafi daidai. Amma ba kawai ilimin tauhidin sa bane ya taimaka min na karanta Littafi Mai Tsarki a matsayin abu daya: Dr. Kline ya sauya rayuwata da addu'arsa.

Yakan fara kowane darasi da addu'a. Yana da murya mara dadi, mai gargada, mara karfi, wacce ba ta dace da taron jama'a ba. Yana kuma da *doguwar* addu'a. Dr. Kline yakan yi addu'a ta tsawon minti goma ko ma fiye da haka. Duk da haka tattaunawarsa da Allah tana da ban sha'awa. Yayin da yake addu'a, kamar dai yakan mai da iliminsa na Littafi Mai Tsarki da kuma tauhidinsa zuwa sujada da kuma tsoron Allah. Na ga mai ilimi yana ƙasƙantar da kansa a gaban Allah, yana jin daɗin tsawo da faɗin aikin ceton Allah a cikin Yesu. Wannan ƙaramin dattijo ya iza zuciyata a cima aji da ma bayan aji da sha'awar sanin Allah da kuma yin magana da shi kamar yadda yake yi. Ya yi amfani da dandalinsa na jama'a a matsayin dama ta yin addu'a ga jama'a domin samun babban tasiri a rayuwar ɗalibansa.

Dattawa da fastoci kaɗan ne suke da zurfi sani kamar Dr. Kline. Amma duka masu aikin kula da ikilisiya suna da wuraren taruwa da za su iya amfani da shi domin yin addu'a ta Littafi Mai Tsarki daga zuciya. Hakan kuma ba ya bukatar digirin digirgir.

Addu'a Ta Presbyter

Ka sa addu'a ta zama wani bangare na "taronku na presbyter" (*presbyter* kalma ce da ke nufin dattijo). Lokaci ya yi da ya kamata a wuce sa wani ya "buɗe" ko kuma ya "rufe" taro da addu'a. Ku keɓe lokaci domin yin addu'a tare a duk lokacin da kuka haɗu. Lalle, ku sa shi ya zama abu na farko a cikin taronku.

Bayan haka, ku rika yin addu'a sa'ad da ake cikin taron. Ina godiya ga yadda Bob yake yin hakan a taronmu na dattawa. A wasu lokuta, dole ne mu tattauna batutuwa masu mahimmanci, kamar yanayi mara dadi da ya shafi wani memba na ikilisiya ko yanke shawara mai wahala wacce dole ne a yi ba tare da zaɓar baki ko fari ba. Bob yakan ɗaga hannunsa ya ce, "Zamu iya tsayawa na ɗan lokaci mu yi addu'a akan wannan?" Yanke shawara mai wuya yana daya daga cikin ayyukan dattijo da na ambata a baya, amma addu'ar dogaro ita ce tsarin aikin.

Hanya mafi sauki ta canza taron dattawan ku, da kuma sauran dattawa, itace yin addu'a bisa tsari akan jerin membobin ikilisi- yarku tare. Sa'ad da kuka yi haka, ba kawai membobinku suna samun albarkar da ke zuwa daga wani da yake yi musu addu'a ba, amma kai da sauran dattawan kuna sake mai da hankali ga mem- bobin ikilisiyar maimakon kadarorinta. Dattawan ma za su ga cewa yin addu'a ga membobin ya fi gamsarwa fiye da yin muhawara game da yawan kuɗin da za a kashe a kan sabuwar na'urar dumama daki ko kuma ko za a kyale wata ƙungiya ta yi taro a harabar ikilisiya.

Ga yadda dattawan ikilisiyarmu suka yi kokarin daidaita wan- nan. Ina fadin wannan a matsayin wata hanya ta tsara addu'a a taronku na dattawa, amma ba ita ce kadai ko ma hanya mafi kyau ba. Dattawanmu suna taruwa sau biyu a wata. Muna yin taron "addu'a" a ranar Talata ta farko da kuma "taron kasuwanci" a Talata ta uku. Muna ƙoƙarin yin addu'a a taronmu na kasuwanci, ko da yake ba sosai ba.

A taron addu'o'i, muna fadin bukatun da muka sani na cikin ikilisiya, da kuma bukatunmu a matsayin dattawa, sa'an nan muna karar da sauran lokacin wajen yin addu'a akan waɗannan buƙatun da kuma yin addu'a akan jerin sunayen membobin ikilisiya. Taron addu'o'in dattawa wataƙila yana ɗaya daga cikin ayyukan ikilisiya da muka fi so.

Kalmomin ƙarshe: Ka yi la'akari da kiran 'yan'uwanka dattawa zuwa lokuta na musamman domin addu'a, har ma da azumi. Lokacin da dattawanmu suka fuskanci mawuyacin lokaci a rayuwar ikilisiyarmu, mukan keɓe mako guda domin azumi da addu'a. Mukan ware wa kowane dattijo ranar da zai yi azumi yadda kowa zai samu rana a cikin makon. Muna bukatar yin hakan a kai a kai.

Addu'a Ta Mutum

Idan na ce addu'a ta "mutum," ba na nufin yin addu'a da kanka (za mu yi magana game da wannan nan gaba a ƙarƙashin "addu'a ta sirri"). Ina nufin addu'a daga mutum-zuwa-mutum tare da mambobi.

Bayan haka, wannan addu'a ba wani aiki ba ne da za ka ƙara akan ayyukan dattijo. Maimakon haka, ya kamata ta zama wani bangare na aikin kiwon ka. Duk lokacin da ka yi magana da wani memba na ikilisiya, ka yi kokarin yi masa ko mata addu'a, a daidai lokacin a wurin, da kanka. Ku ɗauki duka abin da kuka tattauna tare kuma ku mika su ga Allah, ko ta wajen haɗuwa a wajen shan shayi ko kuma tattaunawa bayan cin abincin dare a gidanka.

120

Ko da kana tsaye a harabar ikilisiya mai cike da jama'a bayan su-
jadar Lahadi memba ya kawo damuwa ko gwaji, ka yi kokarin
tsayawa a wurin ka tambaye shi, "Zan iya yin addu'a game da
wannan a yanzu?" Ban taɓa samun wanda ya ƙi ba.

Bugu da kari, ka gano wata hanya wacce dattawanku za su yi
amfani da Yakubu 5:14–15:

In waninku yana rashin lafiya, to, sai ya kira dattawan
ikkilisiya su yi masa addu'a, suna shafa masa mai da sunan
Ubangiji. Addu'ar bangaskiya kuwa, za ta warkar da marar
lafiya Ubangiji kuma zai tashe shi, in ma ya yi zunubi, za
a gafarta masa.

Waɗannan ayoyi sun samar da tambayoyi masu mahimmanci,
kamar, "Dole ne ka yi amfani da mai?" "Menene dangantakar
rashin lafiya da zunubi?" da kuma "Ta yaya addu'ar dattijo ga
marasa lafiya ta danganci gafara?" Burina a nan ba yin bayani
dalla-dalla a kan wannan aya ba ne. Maimakon haka, tambaya ce
kawai cewa, "Shin kai da 'yan'uwanka dattawa kun taɓa yin ad-
du'a domin marasa lafiya kamar yadda Yaƙub ya ce?"

Dattawanmu sun dauki wannan al'adar, da yawa kuma sun ce
yana ɗaya daga cikin muhimman abubuwa na hidimarsu a mat-
sayin dattawa. Mun ga aikin Allah. A wasu lokatai, Allah yana ba
wa waɗanda suke rashin lafiya sauki. A wasu lokatai, Allah yana
warkar da mutane ta mu'ujiza, irin warkarwar da ke sa likitocin
ciwon daji su yi mamaki. A wasu lokutan kuma, bani da tabbacin

ko Allah ya yi aikin warkarwa a cikin jiki, amma memban da yake rashin lafiya ya sami karfafawa ta ruhaniya.

Yayin da nake rubuta wannan, mahaifina yana fama da ciwon daji. Shi da mahaifiyata membobin ikilisiya ne. Sun gaya wa dattawa su yi masu addu'a, dattawan kuma sun je sun yi masu addu'a. Har yanzu ba mu san ta yadda Allah zai amsa wannan addu'a ta warkarwa ba. Amma zan iya cewa samun kusan mutane goma sha biyu masu tsoron Allah tare da iyayena suna bada zukatansu ga Allah domin Mama da Baba wani lokaci ne mai mahimmanci ga iyayena, da kuma waɗannan mutane.

Addu'a Ta Sirri

A ƙarshe, yana da muhimmanci ka keɓe lokaci domin yin addu'a da kuma tarayya da Allah. Da fatan, a wannan lokacin, bukatarka ta addu'a a sirrance a matsayin dattijo ta fito fili. Idan ba ka yi tafiya tare da Ubangiji ba, za ka ɓace daga hanya wataƙila kuma ka tafi tare da tumakin.

Ka ƙudurta yin addu'a a sirrance. Ka keɓe lokaci kowace rana, a wani wuri, ko ta yaya. Ka yi addu'a sa'ad da kake tafiya a mota ko lokacin da kake tafiya da kare ko kuma sa'ad da kake wani aiki. Ka ɗauki jerin sunayen membobi tare da kai ka tuna da kowane mutum a gaban Allah a lokutan da kake da zarafi.

Addu'a ta sirri da kuma zumunta da Yesu ta wurin Kalmarsa na iya kasancewa cikin halaye da aka fi yin watsi da su a tsakanin fastoci. Duk da haka, abin mamaki, waɗannan suna iya zama abubuwa da suka fi muhimmanci domin ƙarfi na ruhaniya a rayuwarmu da kuma hidimarmu. Me zai faru a cikin garkenmu

idan makiyaya masu yiwa Yesu hidima suka ba da kansu ga ad-
du'a kamar yadda suke ba da kansu ga kasafin kuɗi, sakonnin in-
tane, da manufofi?

KA KASANCE A TARON ADDU'A JOIN THE PRAYER MEETING

Mun fara wannan babi da yin tunani a kan al'adar Yesu ta addu'a.
Addu'a ta mamaye ta kuma iza hidimarsa ga jama'a. Ya kamata
dattawa su bi gurbin Yesu (da manzanninsa) su kuma yi marmarin
yin koyi da shi.

Amma akwai wani bangare na hidimar addu'ar Yesu da ya
kamata mu rika tunawa: Yesu har yanzu yana addu'a.

Yesu yana da rai yana kuma zaune a hannun dama na Uba, yana
roƙo saboda mutanensa a matsayin babban firist (Rom. 8:34; Ibr.
7:25). Yesu mai taimakonmu yana roko a wurin Uba domin kari-
yarmmu (1 Yahaya 2:1). Awanni kaɗan kafin ya tafi zuwa gicciye,
Yesu ya yi addu'a cewa Uba ya kare almajiran daga faɗuwa kamar
Yahuza (Yahaya 17:11–15). Alherin Allah ya ci gaba da kiyaye mu-
tanensa yayin da Yesu yake magana da Uba a madadinmu.

Domin haka, yayin da dattawa suka yi addu'a domin ikilisiy-
oyinsu, ba koyi da Yesu kawai suke yi ba, suna yin hakan tare da
Yesu. Ƙananan makiyaya suna haɗa muryoyinsu da na Babban
Makiyayi da kansa wajen roƙon Uba ya kāre tumakin ya kuma
komar da su gida lafiya.

KAMMALAWA

Nauyi Mara Iyaka na Kiwo

Yin hidima a matsayin dattijo a cikin ikilisiya babban zarafi ne da kuma nawaya domin yana da mahimmanci mara iyaka. Aikin yana da wuya, wani lokaci ma ba ya yiwuwa. Duk da haka, ya cancanci duka kokarinka, domin wakilci kake yi na mutanen Allah da aka saya da jini da kuma aiki domin amfanin su na har abada da kuma ɗaukakar Allah ta har abada.

Saboda haka ga 'yan'uwa dattawa da wadanda za su zama dattawa, bari in bar ku da abubuwa biyu na ƙarshe bisa ga wannan nauyi mara iyaka na kiwo. Ɗaya gargadi ne, ɗayan kuwa alkawari ne.

Na farko, wato gargaɗin: *Ku yi kiwo da ƙyau, domin za ku ba da lissafi.* Ka tuna da kalmomin da muka koya a cikin Ibraniyawa:

Ku yi wa shugabanninku biyayya, ku bi umarnansu, don su ne masu kula da rayukanku, su ne kuma za su yi lissafin aikinsu, don su yi haka da farin ciki, ba da baƙin ciki ba, don in sun yi da baƙin ciki ba zai amfane ku ba. (Ibr. 13:17).

Wannan nassi gargadi ne ga membobin ikilisiya, amma akwai gargadi ga masu aikin kula a ciki. Dattawa suna aikin kula "a matsayin waɗanda za su ba da lissafi." Ikilisiya ta Yesu ce. Shine ya sayi tumakin. Dattawa masu aikin kula ne kawai na waɗanda

aka "danka" masu amanarsu (1 Bit. 5:3). Fastoci za su ba da lis-
safi ga Mai garken game da yadda suka kula da garkensa. Za mu
ba da lissafi ga Angon akan yadda muka kula da amaryarsa. Muna
koyar da gaskiyarsa, duka gaskiyarsa, ba kome ba sai gaskiyarsa?
Muna ƙaunar tumakinsa kamar yadda yake ƙaunarsu? Muna da
zafin hali ne ko kuma muna da tawali'u? Muna nuna wa
'yan'uwanmu yadda za su bi Yesu ko kuwa muna sa su tuntuɓe
sa'ad da suke ƙoƙarin bin Yesu?

Amma kuma akwai alkawari na har abada: *Ku yi kiwo da
kyau, domin akwai rawanin da za a samu.* Bayana Bitrus ya ƙar-
fafa 'yan'uwansa dattawa su zama makiyaya masu tawali'u da
kuma misali mai kyau, ya yi alkawari cewa: "Sa'ad da kuma
Sarkin Makiyaya ya bayyana, za ku sami kambin ɗaukaka marar
dusashewa" (1 Bit. 5:4).

Da yawa daga cikin abin da muke aiki da damuwa a kansu
kowane mako ba su da amfani. Mai-Wa'azi ya tunasar da mu
cewa wahalarmu da aikinmu banza ne. Muna tarawa muna kuma
ginawa, amma mu bar wa wasu. Amma lada na kiwon garke ba ya
lalacewa. Me za ka yi a kowane mako da zai sa ka sami rawanin
da ba zai taɓa dusashewa ba?

'Yan'uwa, sa'ad da kuke tunanin zama dattawa, ku tuna cewa ak-
wai ɗaukaka ta har abada da aka keɓe wa bayi nagari masu aminci.

Waɗanda suka rasu za su tashi, waɗansu zuwa rai madawwami,
waɗansu kuwa zuwa kunya da madawwamin ƙasƙanci. Waɗanda
suke da hikima za su haskaka kamar sararin sama, waɗanda
kuma suka juyar da mutane da yawa zuwa adalci, za su zama
kamar taurari har abada abadin. (Dan. 12:2–3).

126

 **9Marks**

SHIN KUNGIYAR KU TANA DA LAFIYA?

9 Marks sun wanzu don ba wa shugabannin Ikklisiya damar hangen nesa na Littafi Mai Tsarki da albarkatu masu amfani don nuna daukakar Allah ga al'ummai ta wurin majami'u masu lafiya.

Don wannan, muna so mu taimaka wa majami'u su girma cikin alamun lafiya guda tara wadanda galibi ba a kula da su:

1. Wa'azi Mai Girma
2. Rukunan Bishara
3. Fahimtar Littafi Mai Tsarki na Juyawa da Bishara
4. Membobin Cocin Littafi Mai-Tsarki
5. Horon Ikklisiya na Littafi Mai-Tsarki
6. Damuwa ta Littafi Mai Tsarki game da Almajirai da Girma
7. Jagorancin Ikilisiyar Littafi Mai Tsarki
8. Fahimtar Littafi Mai Tsarki game da Ayyukan Addu'a
9. Fahimtar Littafi Mai Tsarki da Ayyukan Ayyuka

A 9Marks, muna rubuta labarai, littattafai, bita na littattafai, da mujallar kan layi. Muna gudanar da taro, yin rikodin tambayoyi da kuma samar da wasu albarkatu don samar da majami'u don nuna daukakar Allah.

Ziyarci gidan yanar gizon mu don nemo abun ciki a cikin yaruka 40+ kuma ku yi rajista don karbar mujallar mu ta kan layi kyauta. Duba cikakken jerin sauran gidajen yanar gizon mu na waje anan: 9marks.org/about/international-efforts/.

9Marks.org